குளம் போல் நடிக்கும் கடல்
போகன் சங்கர்

தன்னறம் நூல்வெளி ● குக்கூ காட்டுப்பள்ளி

குளம் போல் நடிக்கும் கடல் (கவிதை)
போகன் சங்கர்
உரிமை : ஆசிரியர்க்கு
முதல் பதிப்பு : 2022

வடிவமைப்பு : கல்ஆல், மயம்

முன்னட்டை புகைப்படம் ஸ்ரீதர் பாலசுப்ரமணியம்

வெளியீடு :
தன்னறம் நூல்வெளி,
குக்கூ காட்டுப்பள்ளி,
புளியானூர் கிராமம்,
சிங்காரப்பேட்டை - 635 307
கிருஷ்ணகிரி மாவட்டம்
பேச : 9843870059
thannarame@gmail.com
www.thannaram.in

Kulam pol Nadikum Kadal (Poem)
by Bogan Sankar ©

First Edition : December 2022

Published by :
Thannaram Publication
Address : Cuckoo forest school,
Puliyanur Village,
Singarapettai-635 307
thannarame@gmail.com
www.thannaram.in

Printed at : Jothy Enterprises, Chennai-5

ISBN No : 978-93-95560-07-8

Pages : 168, Price : INR 170

'ஒரு புத்தகத்தை இன்னொரு புத்தகத்துக்குச் சமர்ப்பிப்பது எங்காவது இதற்கு முன்பு நிகழ்ந்திருக்கிறதா தெரியவில்லை. ஆனால், என் கவிதை மொழியையும் சிந்தனையையும் செதுக்கியதில் விவிலியத்தின் பங்கு முக்கியமானது. நான் இந்தப் புத்தகத்தை திருவிவிலியத்துக்கு சமர்ப்பிக்கிறேன்'

இது என்னுடைய ஏழாவது கவிதைத் தொகுப்பு. ஏழு என்பது பல தளங்களில் ஒரு சுற்றின் நிறைவு. ஏழு நாட்கள். ஏழு நிறங்கள், ஏழு ஸ்வரங்கள். கிறித்தவத்தில் மரணத்துக்கு ஒப்பான பாவங்கள் என்று சொல்லப்படுகிறவையும் ஏழுதான். இந்து மதத்தில் பரிசுத்தத்துக்கு அடையாளமாகச் சொல்லப்படும் கன்னியர் தெய்வங்களும் ஏழுதான்.

நான் இந்தத் தொகுப்பில் ஒரு சுற்றை பூர்த்தி செய்திருக்கிறேன் என்பது திரும்பப் படித்துப் பார்த்தால் புரிகிறது.

நான் ஏழு பாவங்களுக்குள்ளும் ஏழு பரிசுத்தங்களுக்குள்ளும் புகுந்து வந்திருக்கிறேன்.

இனி நான் என்ன செய்ய வேண்டும்?

என்கிற ஒரு திகைப்பு ஏற்படுகிறது.

பாடல் முடிந்ததும் சூழ்கிற ஒரு மவுனம்.

ஆனால் அந்த மவுனத்துக்குள்ளேயே புதியதொரு பாடலின் விதை முட்டுவதன் முறுமுறுப்பு கேட்கிறது.

பாடகனைப் பாட்டு ஒரு நாளும் மணவிலக்கம் செய்வதில்லை.

இந்தச் சுற்றுக் கவிதைகளைத் தொகுக்க உதவி செய்த திருமதி. வனிதா ரெஜிக்கும், ஆனந்த் குமாருக்கும் நன்றி.

-போகன் சங்கர்

1.

ஒரு நீள் கவிதைக்கு
இலவச இணைப்பாய்
வந்த
குட்டிக் கவிதைதான்
கடைசியில்
புவியை ஆண்டது.

2.

நான் செய்வதை
ஒரு குழந்தை பார்க்கத் துவங்கும்போது
பதற்றமடைகிறேன்
என்று ஒரு நாள் கண்டுபிடித்தேன்.
ஒரு குழந்தை பார்க்கும்போது
அசவுகர்யம் அடைகிற எதையும்
நாம் செய்யக்கூடாது என்று
இன்னொரு நாள் கண்டுபிடித்தேன்.
அவ்வளவுதான் விஷயம்.
அவ்வளவுதான் ஞானம்.
ஒரு குழந்தையின் முன்பு
சவுகர்யமாக இருக்க முடிவது.

3.

எவ்வளவு முயன்றாலும்
ஒரு மலைப்பெண்ணின் அழகை
என்னால் அடையமுடியவில்லை.
மரம்தாவி ஓடும்
அணிலின் துள்ளலும் கிடைக்கவில்லை.
முயலாமல் இருப்பதே
ரகசியம்
என்று சொல்லும் புத்தரின் சொல்லும்
பிடிக்கவில்லை.
நான்
உதிர்ந்தபிறகு
மரத்தில் ஒட்டிக்கொள்ள
முயலும்
இலை போல் இருக்கிறேன்.
சலசலப்பதை நிறுத்து
என்று அதட்டுவது போல்
ஒரு காற்று வருகிறது.
அது சலசலப்பை
அதிகப்படுத்துகிறது.

4.

குழந்தைகளுடன் பேசும்போது
மொழி
தன்னை வரைந்துகொண்டே
பறக்கும் பறவை போல் நடந்துகொள்கிறது.
அத்துணை நெகிழ்வாய்
அத்துணை மகிழ்வாய்.
சவப்பெட்டியை இழுத்துக்கொண்டு வரும்
சிப்பாய் போல
சலிப்புடன்
பெரியவர்கள் நடுவே உலாவுகிற
அதே மொழி.

5.

ஊதப்பட்டு
ஊதப்பட்டு
சொர்க்கம் வரை வந்துவிட்ட
பலூனை
என்ன செய்வதென்று
கடவுள் விழிக்கிறான்.
விட்டால்
அது
அவனைத் தள்ளி
சொர்க்கத்தையும் அடைத்துவிடும்.

6.

ஒரு மரம் இத்தனை பூ பூக்கும்
என்று ஒரு கணக்கு
அதன் விதையிலேயே இருக்கும்
என்கிறார் ஒருவர்.
இத்தனை பூ
இத்தனை இலை
இத்தனை காய்
இத்தனை கனி
கனியுமிழும் விதைகளின் கணக்கு இத்தனை..
மரத்தின் கணக்கில்
மனிதனின் கோடாலி
குறுக்கிடாதா
இலைகளை
வறட்சி உதிர்த்துப் போடாதா
மேயும் இனங்களின் அதீதப்பசி
காய்களைக் கரும்பிவிடாதா
விதைகளை
மழைவெள்ளம் அடித்துப் போகாதா..
இங்கே குறையும் பூ
இன்னொரு மரத்தில் சேர்த்துப் பூக்கும்
என்றார் அவர்.
கணக்கு குறையாது.
ஒன்று என்றும் பின்னப்படாது.

7.

கல்லுக்குள் ஒரு பூ உண்டு.
லட்சம் ஆண்டு
ஆனாலும்
ஒரு குழந்தை போல்
தத்தித் தத்தி
வெளியே வந்துவிடும்.
நீ
நான்
குரங்கு
தாவரம்
பறவை
பூச்சி
மீன்
பாக்டீரியா
எல்லாம் இப்படி
கல்லிலிருந்து
தப்பித்து வந்தவைதான்.
பூவுக்குள்
ஒரு நிலைத்த கல் உண்டு.
பிரபஞ்சம் புரண்டுபோனாலும்
அதனுடன்
யாரும் பேச முடியாது.
அதை எடுக்க வந்த
பெருந்தச்சன்கள்
ஒவ்வொருவராய்
கை உடைந்து
அதன் மேலேயே விழுந்து
செத்துப் போனார்கள்.
அவர்களது எண்ணற்ற உடல்கள்
புரண்டுபோகும் நதியின் மேல்
சீற்றமுடன் படம் விரித்துப் பார்த்தபடி
இருக்கும் சர்ப்பம் போல்
அது நிற்கிறது

என்றும்
கோமதி என்றும்
குமரி என்றும்
அது பல்வாறாய் அழைக்கப்படும்.

8.

என் தூய்மையை
ஒரு அழுக்குப் பொதியில்
பொதிந்து
உங்களிடம் கொடுத்தேன்.

9.

ஒரு காதல் கவிதை
புத்திசாலித்தனமாக இருக்க
நிறைய உழைப்பு
தேவைப்படுகிறது.
ஒரு சர்ப்பத்துக்கு
தன் படத்தை விரிக்கத் தேவைப்படும் உழைப்பு.
முட்டாளாய் இருக்க
எதுவும் தேவைப்படுவதில்லை.
சுருண்டு தூங்கும்
பூனை போல் அது
இயல்பாக நிகழ்கிறது.
நான்
என் படத்தை
உன் முன்பு
சுருட்டி வைத்தேன்.
நீ
உன் தூக்கத்தை
என் முன்பு
கலைத்தாய்.

10.

காதலிக்கத் தொடங்கும்போது
சொல்லத் தோன்றவில்லை.
காதல் வளரும்போது
சொல்லத் தோன்றவில்லை.
காதல் ஆழப்பட்டபோது
தலை கோதிச் சொல்லத் தோன்றியது.
'நீ இன்னும் பெரியவைகளுக்கு
ஆசைப்படக் கற்றுக்கொள்ள வேண்டும்.
உயர்ந்தவைகளுக்கு.
சிறந்தவர்களுக்கு.
நீ ஏன் உன்னை
இந்த
இவ்வளவு
சிறிய கூட்டில்
இருத்திக்கொள்கிறாய்?'

11.

*அதிகம் கட்டுப்படுத்திக் கொள்கிறேனா
அதிகம் வெளிக்காட்டிவிடுகிறேனா
தெரியவில்லை.
காதலில்
இரண்டும் ஒன்று போலவே உள்ளது.*

12.

மாடி சன்னல் கண்ணாடியில்
நான் கடக்கும்போதெல்லாம்
மறைந்து மறைந்து தெரியும்
தெரிந்து தெரிந்து மறையும்
ஒரு குழந்தையின் முகம் போல்
இருக்கிறது
உன் காதல்.

13.

குச்சி கூட தேவையில்லை.
குச்சி போல் கையைக் குவித்து
ஒரு பாவனை.
குரலில் வேறு சாயை.
குரங்கு அஞ்சி நடுங்கி
ஆடத் துவங்கிவிடுகிறது.
பல நேரங்களில்
ஒரு பார்வை.
அது போதும்,
ஓர் நாள் நள்ளிரவில்
அதுவும் தேவைப்படாமல்
"யெஸ் சார்.
யெஸ் மேடம்,
நன்றி சார்.
புத்தாண்டு
வாழ்த்துகள்
சார்
பொங்கல்
வாழ்த்துகள்
அய்யா
காலை வணக்கங்கள் அம்மா
நள்ளிரவு
வாழ்த்துகள்
சார்.
என்றும் உங்கள் நன்மை நாடும்
அடியேன் மேடம்"
என்றெல்லாம்
அது தன்னிசையாக
வாட்சப்பில் செய்தி அனுப்பத் துவங்கியபோது
அவர்கள் வந்து
அதனை ஆம்புலன்சில் பிடித்துப் போனார்கள்.
பைத்தியமாகாமல்
அடிமையாய் இருப்பது எப்படி?

என்று கற்றுக்கொள்ளாத
ஆபீஸ் குரங்கு ஒன்று
அங்கும் சென்று சொன்னது
"வணக்கம் டாக்டர்.
ஹேப்பி டாக்டர்ஸ் டே"

14.

மழைக்காலம்
தபாலில் வந்து(ம்)
எடுக்கப்படாத
புத்தகம் போல
இரண்டு நாட்களாக
வெளியே கிடக்கிறது

15.

நானொரு மாலை அவளுடன்
அவள் அருகில்
நீர் மேல் நடக்கும்
ஒரு யானை போல்
அசைந்து சென்ற
பேருரு கொண்ட
ஒரு கப்பலைப் பார்த்தபடி
கடற்கரையில் அமர்ந்திருந்தேன்.
நான் அது போல் மாலைகள்
ஏராளம் என் பையில் உள்ளதாக
ஏனோ ஒரு அலட்சியத்துடன் அப்போது இருந்தேன்.
உண்மையில் என் கையில்
அந்த அந்தி மட்டுமே இருந்தது.
சூரியனின் கடைசித் துளி போல்
அவள் கொலுசு மினுங்கிய அந்த அந்தி.
நான் முன்னறிந்தவனாய் இருந்திருந்தால்
மறு மாலைக்கென்று ஒத்தி வைத்திருந்த
பல வார்த்தைகளை அன்று சொல்லியிருப்பேன்.
இன்னும் சற்று துணிவுகொண்டு
ஈர மணலுக்குள் அவள் கைதேடி
என் கையை அனுப்பியிருப்பேன்.
மணலை உதறிவிட்டு நாங்கள் எழுந்தபோது
நானொரு முத்தமிட்டிருக்கவும் கூடும்.
நாங்கள் இப்போது
வெவ்வேறு கரைகளில் அமர்ந்திருக்கிறோம்.
கார்களில் எதிரெதிர் திசைகளில் விரைகிறோம்.
புதிய மனிதர்கள் எங்கள் கவனங்களைச் சூழ்கிறார்கள்.
அவர்கள் நிகழ்த்தும்
தற்காலிக வாணவேடிக்கைகள் முடிந்ததும்
நாங்கள் திரும்புகிறோம்
திரும்பி வராத அந்த பொன்னந்தி மாலையின்
மவுனங்களுக்கு.

16.

எனக்கு லாட்டரியில்
ஒரு கோடி கிடைத்தால்
என்ன செய்வேன்?
ஆயிரக்கணக்கான
கவிதைகள் எழுதுவேன்.
எனக்கு
ஒரு கோடி கிடைக்காவிட்டால்
என்ன செய்வேன்?
ஆயிரக்கணக்கான
கவிதைகள் எழுதுவேன்.

17.

நான் பெரும்பாலும்
ஒரு கவிதை எழுதுவதைத் தவிர்ப்பதற்கு
என்னெல்லாம் செய்யமுடியுமோ
அதையெல்லாம் செய்கிறேன்.
ஆனால் கவிஞர்களின் நெற்றியில்
ஒரு அழிக்க முடியாத டாட்டூ உள்ளது.
ஒரு குடிகாரன் எவ்வளவு முயன்றாலும்
குட்டைக்குள் விழுவதைத் தவிர்க்க முடியாதது போல்
ஒரு கவிஞன் கவிதைக்குள் விழுந்துவிடுகிறான்.
நேற்று சாலையில்
பேருந்துக்குக் காத்திருந்த ஒருவன் தலைமேல்
மரத்திலிருந்து உதிர்ந்து
ஒரு பூ விழுவதைப் பார்த்தேன்
அவன் அது என்ன விதமான ஆசீர்வாதம்
என்று
பார்க்காமலே தட்டிவிட்டான்.
அவ்வாறு ஒரு பெண் செய்யும் வாய்ப்பு குறைவு.
ஒரு குழந்தை செய்யும் வாய்ப்பு மிகக்குறைவு.
ஒரு கவிஞனால்
அவ்வாறு செய்யவேமுடியாது.

18.

ஒரு கவிதைக்குள்
என்னென்ன வைக்கலாம்.
கவிதைக்குள்
ஒரு குழந்தை
நிலா
பொரி உருண்டை
உலகம்
ரயில்ப் பெட்டி
நாய்க்குட்டி
பாட்டிப் புன்னகை
புரட்சி
எரிமலை
காதல்
காமம்
காண்டம்
தத்துவம்
தகரடப்பா
அம்மாவின் உண்டியல்
லோகப் பொருளாதாரம்
கணக்கு
அறிவியல்
கெட்ட வார்த்தை
வெற்றிலை
சுண்ணாம்பு
பாக்கு
ரத்தம்
இன்னொரு கவிதை
எல்லாவற்றையும் வைக்கலாம்
உனக்கு
எதை வைக்கவேண்டும்.
சில சமயம்
நீ வைக்காததும்
கவிதைக்குள் இருந்து தொலைக்கும்

அதுதான் பிரச்சினை.
நீ அறியாமல்
உன் கவிதைக்குள்
அதை வைத்தவன் யார்
என்று தேடிப்போனால்
உன் தலை வெடிக்கும்
அதுதான் அபாயம்.
கவிதைக்குள்
எதையும் வைக்கலாம்.
உன்னை அழிக்கும்
ஒரு டைம்பாம் உட்பட.

19.

நான் என் வாழ்வை திரும்ப வாழ்ந்தால்
தினம் ஒரு கவிதையாவது
படித்துக்கொண்டு
ஒரு இசைக் கோர்வையையாவது
கேட்டுக்கொண்டு வாழ்ந்திருப்பேன்
என்றான் டார்வின்.
நான் என் வாழ்வை திரும்ப வாழ்ந்தால்
டார்வின் போல்
தினம் ஒரு செடியையயாவது
ஒரு விலங்கையாவது
ஒரு புழுவையாவது
தெரிந்துகொண்டிருப்பேன்.

20.

கிட்டே போய்
ரொம்ப கிட்டே போய்
அய்யே!என்று அசூயை தோன்றுமளவு கிட்டே போய்
விலகிப் போய்
ரொம்ப விலகிப் போய்
அய்யோ!எத்தனை அழகு !
என்று
மீண்டும்
ஏக்கம் தோன்றுமளவு விலகிப் போய்.

21.

காற்றும் தெரு நாயும் ஒன்று.
ஒன்று ஒரே உறக்கம்.
இல்லையேல்
ஒரே ஊளை.

22.

இங்கிருந்து பார்த்தால் தெரியும்
தென்னை மரங்களுக்கிடையே
ஏதோ விவாதம் நடப்பது
கேட்கிறது.

23.

இன்று ஒரு விஷயம் நிகழ்ந்தது.
காலையிலேயே
யாரோ தட்டி எழுப்பியது போல் எழுந்து
வெளிக்கிளம்பி போனவன்
மணிக்கூண்டு அருகே
பெட்டிக்கடையில் ஒரு சிகரெட்டை வாங்கிப் பற்றவைத்துக் கொண்டு
நின்றேன்.
பாதி புகைத்துக்கொண்டிருக்கும்போதுதான்
நினைவு வந்தது
நான் சிகரெட்டை நிறுத்தி கால் நூற்றாண்டு ஆகிவிட்டது!
சிகரெட் என்ற சொல்லே என் போதத்தில்
இல்லை
நேற்றிரவு வரை.
நான் எழுதுகிற கதைகளில் கூட
யாரும் சிகரெட் குடிப்பதில்லை
நான் சற்று அச்சமடைந்தேன்.
அப்படியானால்
ஒரு விடுமுறை நாள்
காலையிலேயே இப்படி வெளியே வந்து
நடுவீதியில்
சிகரெட் பிடித்துக்கொண்டு
நிற்பது யார்?

24.

விடுதியறையின்
மாடியிலிருந்து பார்க்கிறேன்.
வீதியெங்கும்
எந்தக் கருப்பையையோ அடையக்
தலைப்பிரட்டைகளின் பதற்றத்துடன்
வால்த் துடுப்பை அசைத்து அசைத்துக்
குடைந்து குடைந்து எங்கோ
விரிந்து விரிந்து காத்திருக்கும்
ஒரு சூல்ப்பை நோக்கி விரையும்
லட்சம் விந்துத் துளிகள்.

25.

பழைய மாட்டை
புதிய வித்தைகளுக்குப் பழக்க முடியாது
என்பது உண்மைதான் போல.
முல்லைப்பூவை
முழக்கணக்கில் வாங்க வேண்டுமா
எண்ணிக்கைக் கணக்கில் வாங்க வேண்டுமா
முல்லையும் மல்லிகையும் ஒன்றுதானா
பிச்சிப்பூக்கும் மல்லிகைப்பூவுக்கும்
உள்ள ஆறுவித்தியாசங்கள்..
'நீ எவ்வளவு தகவல்கள் சேகரித்தாலும்
கட்டாயம் ஏமாறுவாய்.
நூறு ரூபாய்க்கு மட்டுமே இன்று ஏமாறுவேன்
என்று உறுதிமொழி மட்டும் எடுத்துக்கொண்டு போ
அது போதும்'.

26.

என்னால் எல்லோரும் எளிதாகப் பண்ணுகிற விஷயங்களைச்
சரியாகப் பண்ணத் தெரியவில்லை.
ஒரு பாரத்தை நிரப்புவது முதல்
ஒரு உறவை சரியாகப் பேணுவது வரை..
இரண்டும் ஒருவகையில் ஒன்றுதான்
என்பதும் தெரியவில்லை எனக்கு.
ஏதோ ஒரு கட்டத்தில்
கவனமில்லாது நிரப்பிவிட்ட
ஒரு அடையாளத்தை
நான் என்ன செய்தும் மாற்றமுடியவில்லை.
நான் திருப்பித் திருப்பி
அந்த விண்ணப்பத்தைத் தூக்கிக்கொண்டு அலைகிறேன்.
அவர்கள் திருப்பித் திருப்பிச் சொல்கிறார்கள்.
'இந்த படிவத்தை நீங்கள்தான் நிரப்பியிருக்கிறீர்கள்.
ஆகவே இது நீங்களல்ல'.

27.

ஒரு பொத்தானை அழுத்தியதும்
மறைந்துவிடக் கூடிய
ஒரு பொத்தானை அழுத்தியதும்
மீண்டும் தோன்றிவிடக்கூடிய
நான் ஒன்று
வேண்டும்.

28.

உங்களுக்குத் தெரியுமா?
மழைக்காலம்
தனது வருகையின் முதல் நாளை
ஒவ்வொரு ஊரிலும்
ஒரு கவிஞனைத் தேர்ந்தெடுத்து அறிவிக்கிறது.
கோடைக்காலம்
தன் முதல் முத்தத்தை வழங்க
ஒரு ஓவியனைத் தேர்ந்தெடுக்கிறது.
குளிர் காலத்தின்
முதல் அணைப்பு
ஒரு இசைக்கலைஞனுக்குக் கிட்டுகிறது.
இலையுதிர்க்காலம்
தான் பறித்த
முதல் இலையை அளிக்க
ஊரின் மிகச்சிறந்த
காதலனைத் தேடி அலைகிறது.

29.

என்னுடைய மகனும் அவளுடைய மகனும்
ஒரே நாளில் பிறந்தார்கள்.
நாங்கள் இருவரும் ஒரே வருடத்தில்
அப்பாவை இழந்தோம்.
நான் முதல் முதலாக கண்ணாடி போட்டு
ஆபிஸ் போன தினத்தில்
அவளும் கண்ணாடி போட்டுக்கொண்டு
வந்தாள்.
ஒரே ஒரு உயர் அதிகாரி
எங்கள் இருவருக்கும் தொல்லையாக இருந்தார்.
அவளுக்கும் ரவீந்திரன் மாஸ்டரின் பாடல்கள்
பிடிக்கும்.
சச்சிதானந்தனின் கவிதைகள்.
இத்தனை வருடங்கள் கழித்து சந்திக்கையில்
இடைப்பட்ட காலங்களில்
எங்கள் உடல் நோவுகள் கூட
ஒன்று போல் திரண்டு வந்திருப்பதை
அறிந்துகொண்டோம்.
அவளுக்கும் வந்து சேர்ந்திருந்தது
பால் ஒவ்வாமையும் நரம்பு அழற்சியும்.
ஏறக்குறைய ஒரே வகையான மாத்திரைகளால்
நாங்கள் உயிரோடு இருப்பதை உணர்ந்து
பேச்சற்று பல கணங்கள்
காபி ஷாப்பில் அமர்ந்திருந்தோம்.
ஒரு அற்புதம் நிகழ்ந்திருக்கிறது
என்று தோன்றியது
விடை பெற்று தனியாக வீடு திரும்பியபோது
தோன்றியது
இல்லை,
ஒரு அற்புதம் மிக அருகில் வந்து
நிகழாமல் போயிருக்கிறது.

30.

*மலை மேல்
நெருப்பை ஒளித்துவைப்பது போல்
நீ
என் நினைவை
மறைத்துவைக்கப் பார்க்கிறாய்.*

31.

நான் உன் முகத்தை
மறந்துவிட்டேன்.
உன் புன்னகையை.
இதழ்களை.
கையசைவுகளை...
ஆனால்
நான் உன் பாதங்களை மறக்கவே இல்லை.
நடந்துகொண்டே இருக்கின்றன அவை
என்னுடன்
ஏதோ ஒரு கடற்கரையில்
ஏதோ ஒரு பாலைவனத்தில்

32.

எல்லா காலங்களிலும்
வேகமாக முன்னேறிச் செல்லும்
பீரங்கிகளின் குறுக்கே
சாலையின் மறுபுறமுள்ள
மலரைப் பறிக்கக் கடக்கும்
சிறுமிகளைப் போல்
சில கவிஞர்கள் இருப்பார்கள்
அவர்கள் அறிவற்றவர்கள் எனில்
அறிவற்றவர்கள்தான்.
துணிவற்றவர்கள் எனில்
துணிவற்றவர்கள்தான்.
நான் என் அறிவாலும்
துணிவாலும்
அவர்களைக் காப்பேன்.

33.

கவிதை இன்மையைச் செய்கிறது.
அருவி
வீழும்போதே
நீர்ப் புகையாகி
வானில் கலக்கிறது.

34.

காலை முழுவதும்
அலைந்தேன்
என் பிள்ளைக்கு
ஒரு பள்ளியைத் தேடி.
நாள் முழுவதும்
அவள் பயத்தில் நடுங்கிக்கொண்டிராத
ஒரு பள்ளி.
அப்படி ஒரு பள்ளி
முன்பு இங்கிருந்தது.
புகார் செய்து மாற்றிவிட்டார்கள்
என்றார் ஒருவர்.
புகார் என்னவாய் இருந்திருக்கும்.
பயம் இல்லாத ஒரு இடத்தை
இந்த உலகம் அஞ்சுகிறதா.

35.

நானொரு கதை சொல்லி!
என்று கத்துகிறேன்.
நான் மட்டுமென்ன?
என்றபடி
இந்த திங்கட்கிழமை
தன் கதையை சொல்ல ஆரம்பித்து விட்டது
குப்பைத் தொட்டி அருகே ஒரு நாய்
அது அந்தக் குப்பைத் தொட்டி பற்றிய
கதையை சொல்லத் தொடங்கியது.
ஆஸ்பத்திரி வராண்டா அணில்
அந்த நீண்ட வராண்டாவின் நெடிய கதையை விவரித்தது.
எல்லார் கதையையும்
'கொஞ்சம் காலைத் தூக்குங்க'
என்றபடி பெருக்கிப் போகும்
பாட்டிக்குப் பத்து ரூபாய் கொடுத்தேன்.
ஈசல்கள் போல்
என் பின்னால் விழுந்துகொண்டிருந்த
கதைகளுக்காக.

36.

அமைதி ஒரு புல் போல் வளர்கிறது
என்பது ஒரு பொய்.
வளர்வது எதனுள்ளும்
அமைதி இல்லை.
புல் சத்தம் போடுகிறது.
வளரும்போது
பக்கத்தில் வளரும் புற்களுடன்
சளசளவென்று பேசுகிறது.
யாராவது பிரித்தெடுத்து
அறுக்கவரும்போது
அழுகிறது.
ஏதோ ஒரு மாட்டின்
வாய்க்குள் போகும்போது கூட
அரற்றிக்கொண்டேதான் போகிறது.
அமைதி
இப்பிரபஞ்சத்தில் எங்கும் இல்லை.
பால் வெளியில்
நீங்கள் எறியும்
விண்கலப் புற்களினுள் கூட.

37.

மொட்டைமாடியில்
துணிகாயப்போடும் போது
மட்டும்
வரும் குருவியின் பெயர்
தெரியாததால்
'துணிகாண் குருவி' என்று வைத்திருக்கிறேன்.
பறவை வல்லுனர்களிடம்
இதை நீங்கள் சொல்லவேண்டாம்.

38.

சற்று முன்பு
ஒரு இடி
பெருத்த ஒலியுடன்
என் முன்னால்
தரையில் இறங்கி
நிலத்தைப் பிளந்தது.
அது நிலத்துக்குள் போன இடமெல்லாம்
வகிடு எடுத்தாற்போல் ஒரு வடு.
நான் வானத்தைப் பார்த்து
முஷ்டியை உயர்த்தி
'சும்மா ஷோ காட்டாதே ஆசானே!'
என்று கத்தினேன்.

39.

நெல் வளர
உழுதுபோட்ட வயலில்
முளைத்திருக்கும்
வண்ணச்சிறுபூ
களையெனத் தோன்றும்முன்பு
ஒரு கணம்
மலர் எனவும் தோன்றுமோ?

40.

நண்பரின் மகள்
ஒலி நீக்கம் செய்யப்பட்ட
ஒரு உடலுக்குள்
இருபதாண்டு காலம் இருந்தாள்.
பிறகு நவீன அறிவியல் மூலம்
ஒலி
அவள் உடலுக்குள்
கொண்டுபோய்ச் சேர்க்கப்பட்டது.
அவள் முதல் முறையாக
ஒரு குயிலின் கூவலையும்
மழையின் தூறலையும் கேட்டாள்.
அம்மாவும் அப்பாவும்
சண்டை போட்டுக்கொள்ளும்போது
அவர்கள் பேசுகிற தடித்த சொற்களையும்
அவளால் கேட்க முடிந்தது.
முன்பு அவை
எல்லாம் அவள் பொருட்டு
என்பது மட்டுமே புரிந்து
அவள் அழுவாள்.
இப்போது அவள்
ஒலியின் முதல் ஆச்சர்யங்களுக்குப் பழகிவிட்டாள்.
ஓசையும் இசையும் வேறு என்று
அவளுக்கு இன்று தெரியும்.
இடையில் ஒரு நாள்
'நீ என்றாவது
உன் பழைய அமைதியை விரும்புகிறாயா?'
என்று
ஒரு கவிக்கே உரிய அசட்டுக் கேள்வியை
அவளிடம் கேட்டேன்.
'அது அமைதி இல்லை அங்கிள்' என்றாள் அவள்.
'சாம்பலை நிறமென்றா சொல்வீர்கள் நீங்கள்?
நான் அமைதியாகவே இல்லை.
மேற்தளத்துக்கு வந்து

உடைய முடியாத
ஒலிக்கொப்புளங்கள்
என் எரிமலை ஆழத்தினுள்
உருவாகிக்கொண்டே இருந்தன.
நான் அமைதியாகவே இல்லை.
நான் இப்போது அமைதியாக இருக்கிறேன்
என் கொப்புளங்கள்
கரையேறிவிட்டன'.

41.

என்னடி காமாட்சி?
இம்முறை நீ
எந்தப் பிரார்த்தனையோடும்
வரவில்லை, கவனித்தேன்
என்றாள் அவள்.
அது எதற்கு வெட்டிச்சுமை?
நீ இதுவரை எனது
எந்தப் பிரார்த்தனையையும்
நிறைவேற்றித் தந்ததில்லையே?
என்றேன் நான்.
மழை கொட்டும்போது
ஐஸ்க்ரீம் கேட்பாய் நீ.
கொடுக்க முடியுமா?
ஜன்னி கொடுத்த பாவத்தோடு
ஆஸ்பத்திரியிலிருந்தும்
நானே உன்னை வெளியே கொண்டுவரவேண்டும்
என்றாள் அவள்.
பேசத்தெரிந்தவள் நீ
என்றேன் நான்.
கேட்கத் தெரியாதவன் நீ
என்றாள் அவள்.

42.

நான் இப்போதிருக்கும்
வீடருகே ஒரு காலி மனை இருந்தது.
காலி மனை என்பது
ஒரு மனிதஉலகச் சொல்
என்று சொன்னபிறகு
தோன்றுகிறது.
உலகில் காலி மனை
என்று எதுவும் இல்லை.
அந்தக் காலி மனையில்
ஒரு புங்க மரமும்
அதில் சில பட்சிகளும் இருந்தன.
பெயர் தெரியாத செடிகளும்
பல பூச்சிகளும் கூட இருந்தன.
பிறகெப்படி அது ஒரு காலி மனை?
இன்று பார்த்தேன்.
மரங்களும் செடிகளும் வெட்டப்பட்டு
அந்த மனை நிஜமாகவே
காலியாக்கப் பட்டிருந்தது.
வீடு கட்டப்போகிறார்களாம்.
அந்தக் காலி மனை
எனக்குக் காற்றையும் வானத்தையும்
இவ்வளவு நாள் அளித்திருக்கிறது.
பட்சிகளின் கீதத்தையும்
மலர்களின் சுகந்தத்தையும்
அளித்திருக்கிறது.
சில தொல்லைகளையும் அளிக்காமல் இல்லை.
அங்கிருந்து பூச்சிகள் சில
என் வீட்டுக்குள் வர முயன்றிருக்கின்றன.
கொஞ்சம் கொசுக்கடியையும்
அது எங்களுக்கு அளித்திருக்கிறது.
இருந்தாலும் எனக்குச் சோகமாக இருந்தது.
உங்கள் வீடும் இதுபோல்
மரங்களையும் செடிகளையும்

வெட்டிக் கட்டப்பட்டதுதான் என்று சொன்னார் ஒரு தோழர்.
என் துயரம்
மனப் பழக்கத்தினால்
சிந்தனைத் தேக்கத்தினால்
செயற்கையாகத் தருவிக்கப்பட்ட ஒன்று என்றும் கூட
அவர் சொன்னார்.
அவர் ஒரு நடைமுறைவாதி.
காடழித்தலும்
காடு வளர்த்தலும்
மனிதர்க்காகவே செய்யப்படவேண்டும்
காட்டுக்காக அல்ல
என்று சொல்லக்கூடியவர்.
நான் சோகித்து
எல்லாம் எவ்வளவு பயனளிக்கிறது
என்று துல்லியமாக
அளவிடப்பட்டுவிட்ட
இந்த நடைமுறை உலகில்
ஒரு கவிஞன்
வெட்டப்பட்ட மரங்களுக்காகவும்
துரத்தப்பட்ட பட்சிகளுக்காகவும்
கொஞ்ச நேரம்கூட வருந்தக் கூடாதா என்ன? என்று
பாருகுட்டியிடம் கேட்டேன்.
'நான் போகும்
ஒவ்வொரு வீட்டிலும்
அங்கு முன்பிருந்த
மரங்களின் சோகத்தை உணர்கிறேன்
அவற்றின் ஆவிகளைக் காண்கிறேன்'
என்றாள் அவள்.
'மனிதர்கள் இந்த சோகம்
தங்களுக்குள்ளிருந்து கிளம்புகிறது
என்று தவறாக நினைத்துக்கொண்டு
மருத்துவர்களை நாடி
மாத்திரைகளை விழுங்குகிறார்கள்.
அது இன்னும் இன்னும் பெரிதாக வளர்கிறது
அவர்கள் வெட்டிவிட்டதாக நினைத்திருந்த

51

மரங்களைப் போல.
உண்மையில் அந்த மரங்களின் சோகம் அது.
அவற்றில் குடியிருந்த
பறவைகளின் சோகம்.
அவர்கள் தங்கியிருக்கும் வீடுகளில்
உறைந்திருக்கும் சோகம்.
மனிதர்களின் ஆன்மாக்களை மட்டுமே
காண்பவன்
என்ன கவிஞன்?
அல்லது
என்ன மனிதன்?'

43.

என்னுடைய கவிதைகள்
பிற கவிதைகளுக்கு எதிராகவோ
பிற கவிஞர்களுக்கு எதிர்வினையாகவோ
அமைய வேண்டியதில்லை
என்பதைப் புரிந்துகொள்ள
எனக்கு ஆயிரம் கவிதைகளை எழுத வேண்டியிருந்ததது.
நூறு கவிஞர்களைக் கொல்லவேண்டி இருந்தது.
என் கவிதைகள்
வெயிலோடு பேச வேண்டும்
மழையோடு உறவு கொள்ளவேண்டும்.
என் பெண்ணோடு
நான் முயங்கி
என் இருட்டில்
நான் இறந்துபோகவேண்டும்.

44.

சிறிய விஷயங்களைப் படைத்துப் பார்க்கும்
சிறிய விஷயங்களில் மகிழும்
சிறிய கடவுள் நான்.
பெரிய சப்பாத்துகள் அணிந்த
பெரிய கடவுள்கள் திரியும்
வனத்துக்குள் நான் போவதில்லை.
ஆகவே அவர்கள்
என்னை புறத்தாக்குவதும் இல்லை.
நான் என் மீது
இயற்றப்படும்
சிறிய கீர்த்தனைகளைக் கேட்டுவிட்டு
அவற்றை இயற்றும் சிறிய பாணர்களுக்கு
சிறிய பரிசுகளைக் கொடுத்துவிட்டு
ஒரு சிறிய ஒலியுடன்
அணைந்து போகிறேன்

45.

ஒரு ஊர்.
இன்னொரு ஊர்.
ஆண்.
பெண்.
இன்னொரு பெண்.
இன்னொரு பெண்ணின்
இன்னொரு ஆண்.
காதல்.
வெறுப்பு.
கடல்.
நிலம்.
மழை.
வெயில்.
கப்பல்.
படகு.
அலை.
நிலா.
கவிதை.
நோய்.
ஆரோக்கியம்.
கனவு.
நினைவு.
துக்கம்.
சந்தோஷம்.
தினவு.
சலிப்பு.
தொடக்கம்.
தொடர்ச்சி.
முடிவு.
அழுகை.
ஒரு
பிரமாண்ட
நூலகத்தின்
தூசி.

46.

நான்
இல்லாத
ஓரிடத்துக்குப் போகிறேன்.
அது
நீ
இல்லாத இடமாகவும் இருக்கிறது.

47.

நம்ப முடியாத அளவு
ஒரு நம்பிக்கை துரோகத்தைச் செய்த ஒருத்தியை
பின்னொரு நாள் சாலையில்
அவள் குழந்தையுடன் பார்த்தேன்.
அன்றலர்ந்த மலரை
அணைத்திருக்கும்
அன்றலர்ந்த மலர் போலிருந்தாள்.
அவள் எனக்குச் செய்த துரோகம் என்ன?
மறந்துபோய்விட்டது.

48.

நீ
என் கையில் கொடுக்கப்பட்ட
ஒரு அமிர்தக் கலசம்.
நான் -
என் கையில் கொடுக்கப்பட்ட
ஒரு விஷக்கோப்பை.

என்னை அருந்தி அருந்தி
நீலம் பாரித்திருந்தபொழுது
எப்படிச் சரியாக
உன்னை ஏந்தியபடி
ஒரு கப்பல் வந்தது?

49.

பெட்ரோல் வங்கியில்
வேலை பார்த்த பெண்ணை
இன்று டீக்கடையில் பார்த்தேன்.
நாள் முழுவதும் நின்றுகொண்டிருப்பதின் சிரமம் பற்றி
அவள் ஒருமுறை
என்னிடம் சொல்லியிருக்கிறாள்.
அதனால் கால்களில்
மெல்ல விம்மி வீங்கும்
ரத்தக்குழாய்கள் கொடுக்கும்
வலிக்கு மருத்துவம் கேட்டிருக்கிறாள்.
வேலையை இப்போது விட்டுவிட்டதாகச் சொன்னாள்.
கால் வலி காரணமல்ல
காதல் என்றும் அவளே சொன்னாள்.
ஏற்கனவே கல்யாணம் ஆன
உடன் வேலை பார்த்த ஒருவருடன்
காதல் ஏற்பட்டுப் பிரச்சினையாகிவிட்டது
என்றாள்.
நான் ‘அவனுக்குக் கல்யாணம் ஆகியிருந்தது
உனக்குத் தெரியாதா?’ என்று கேட்டேன்.
டீக் கோப்பையை உருட்டிக்கொண்டே அவள் ‘தெரியும்’
என்றாள்.
‘ஆனால் அங்கே
உட்காரச் சொல்லி
என்னை வற்புறுத்திக் கொண்டிருந்தவன்
அவன் மட்டும்தான்’.

50.

நீதான் சொன்னாய்.
'நான் உன்னை விரும்புகிறேனா
இல்லையா
நாமிருவரும் எப்போதும் இன்பமாக இருப்போமா
விரும்பினாலும்
நம்மிடையே எவ்வளவு காலம்
இந்த விருப்பம் நீடிக்கும்
என்றெல்லாம் எனக்குத் தெரியாது'
என்றாய் நீ.
'எது குறித்தும் நிச்சயமில்லை எனக்கு.
ஆனாலும் இந்தப் பாதையில்
கொஞ்ச தூரம் நடந்து பார்ப்போமே?
இப்போதைக்கு
இந்தப் பாதையில்
இளம்புற்களும்
சிறிய மலர்களும் தென்படுகின்றன'.

51.

எல்லாம் வேணாம்னு தோணுச்சு
தேவை
ஒரு மாத்திரை.
டயசபிம்.
அல்ப்ரோசம்
எழுதிக் கொடுக்கிற ஒரு டாக்டர்.
கிடைச்சது
ராத்திரிலாம் நல்லா தூங்கினேன்.
விடிகாலை வெயில் உசுப்பி
எந்திச்சேன்.
சன்னலுக்கு வெளியே
ஒரு சின்னக்குருவி
தப்பித் தப்பிப் பாடிட்டிருக்கு.
பெரிய குருவி
பக்கத்திலேயே உக்கார்ந்து திருத்திக்கிட்டுருக்கு .
எல்லாம் வேணும்தான்.

52.

காயல்லே நிக்கேன்.
ஒரு இடத்தில
வேகமா
ஓடிவந்த ஆத்துத்தண்ணி
எல்லாம்
அப்படியே திரும்பி
தனக்குள்ளேயே
ஓடப்பார்க்குது.
எனக்கு சிரிப்பு வந்துட்டுது.
லேசா
ஒரு குரங்கு இளிப்புன்னு
சொன்னா இவ.

53.

வேற வேற வேலை
நிறைய
வந்துட்டுது உனக்கு.
இந்தக் கதவுக்குப் பின்னால
ஒரே ஒரு வேலைதான்.
அதைப் பண்ணப் பயந்துபோயி
அந்தக் கதவைத் திறந்துட்டு போயி
ஆயிரம் ஆயிரம் வேலை வீதியில
அறைகுறையாப் பண்ற.
பாவமா இருக்கு.
அதே நேரம் வேறென்ன பண்ணுவ நீயின்னும் தோணுது.
இது ஒரே ஒரு கயிறுன்னாலும்
சரியா கழுத்து மணியைச்
சுத்திக் கிடக்கிற கயிறு.

54.

கொஞ்சம் பனிமூட்டமா இருந்தா
நல்லாருக்கும்.
நீ ஏன் இவ்ளோ
ஒளியில நிக்கற?

55.

அணைக்கட்டைப் பார்த்தா
பயமாயிடுது எனக்கு
இவ்ளோ தண்ணி
இப்படி அசையாமக் கிடக்கே.
கல் ஆனை மாதிரி.
கல் யானை முழிச்சிக்கிட்டா என்னாவும்
அத்தனையும் என் மேல சரிஞ்சா?
வள்ளத்துல எறும்பு மாதிரி
இரண்டு பேர் நீந்திப் போனதையும் பார்க்கிறேன்
தைரியம்தான்.
அரைகுறை தீட்சை தந்த குருட்டு தைரியம்.
தெரிஞ்சோ தெரியாமயோ எழுப்பியாச்சி அவளை.
இசக்கி பின்னாலேயே
வர்றா
ஒரு சின்னக் கயிறுல கட்டிப்போட்டிருக்கு
அவ மூர்க்கத்தை.

56.

என்னை நானே
பெண்ணா மாத்தினா
காதலிப்பேனா
கட்டிப்பேனா தெரியல.
ஆனாலும்
என்னை நானே
கழுவிக் கழுவி
கண்ணாடில பார்த்துக்கறேன்
எழுதி எழுதிக்
கவிதைல பார்த்துக்கறேன்.
கவிதைலதான் நான் தலைவாரி
இன் பண்ணி
பட்டன் போட்டுக்கறேன்.
நீ
நான் சட்டை போடாதிருக்கப்ப
என்னைப் பார்க்க வராதே.

57.

மதில்பாஞ்சஅம்மன்
சில நா
சாமி துடியா இருக்கும்.
துடியா நிக்கும்.
வேட்டைக்குச் சாடிப்போகும்.
கடுவாயைக் கழுத்தைப் பிடிச்சி
அப்படியே தூக்கிக் கடிச்சிப்
பச்சை ரத்தத்தைக் குடிக்கும்.
சில நா
சாமி சோர்ந்து கிடக்கும்
எழுப்பினாலும் எழும்பாது.
'போவியா நானே பூபாரம் தாங்காம
ஒடிஞ்சி போயிக் கிடக்கேன்'
சவம்
அன்னிக்கி பார்த்து அம்மை
தலைமயிரை தொடைவரை அவுத்துப்
போட்டுட்டு
ஆக்ரோஷமா இருப்பா.
எழுப்பி எழுப்பிப் பார்ப்பா
ஏலாமப் போனா
மதிலுக்கு வெளியே
கத்தி ஏந்தி துள்ளிக் குதிச்சிக்கிட்டிருக்கற
வெளிச்சப்பாடுகிட்ட போவா.

58.

சின்னக் காத்துக்கும்
மஞ்சள் இலை
அவ்ளோ நடுங்குது.
அதை
நாட்டியம்னு
நினைச்சுக்கணும் உனக்கு.

59.

முகம் கூட காணாத ஒருவர்க்கு
என் மேல் வெறுப்பு.
இன்னொரு நேரில் பார்த்து
அறியாத நபரின் அன்பு.
மாயக்கை எழுதும் கணக்கை
மாயக்கை சரிசெய்து
நிகரத்தைத் துப்புரவாக்கி வைத்தது.

60.

நான் கொஞ்சம் சுமாரான தெய்வம்தான்.
என்ன வரம் தருவது என்ற குழப்பம் உண்டு.
எப்போது தருவது என்ற குழப்பம் உண்டு.
தருவது வரம்தானா என்ற குழப்பம் உண்டு.
எல்லாவற்றுக்கும் மேலாக
நான் தெய்வம்தானா என்கிற குழப்பம் வேறு உண்டு.
நீ இப்படி என் முன் இடுக்கிப்பிடியாய் நின்று
பிரார்த்தனை செய்தால் என்ன செய்வது?

61.

முன்பு போல் 'தோணியவாசம்'
இப்போது பேசுவதில்லை நீ
என்றாள் பாருகுட்டி.
அன்றொரு நாள் உன்னை
மார்த்தாண்டம் சாலையில் பார்த்தேன்
ரோட்டை வெகுக் கவனமாகக் கடந்தாய்.
எல்லா வாகனங்களும் போனபிறகும்
நின்றுகொண்டிருந்தாய்.
என்ன செய்கிறது உனக்கு? என்றாள்.
எனக்குத் தெரியவில்லை.
முன்பு போல் ஒரு கேள்வி முடிக்கப்படும் முன்பே
துள்ளி வரும் ஆயிரம் பதில்களுள்
ஒன்று கூட எழும்பிவரவில்லை.
நான் அன்று மாலை ஒரு ஓவியரைப் பார்க்கப்போனேன்.
அவர் மொட்டைமாடியில்
கித்தானின் முன்னால் நின்றுகொண்டு
மலையையே பார்த்துக்கொண்டிருந்தார்.
அவர் மனைவி
'ஒரு மாதமாய் இதே போல்தான் இருக்கிறார்.
ஒரு கோடு கூட வரையவில்லை'
என்றார் கவலையுடன்.
'அவருக்கு யாருடன் என்ன பிரச்சினை
என்று கேட்டுச் சொல்லுங்களேன்'
நான் சொன்னேன்.
'மனிதர்கள் யாருடனும் அல்ல.
எங்கள் பிரச்சினை மலைகளுடன்'.

62.

இலவம் காய்கள் வெடித்ததும்
பஞ்சு பிரிந்து
ஒவ்வொரு திரியாய்ப் பறந்து
போகிறது
பூமியின் திசைகள் எங்கும்.
இலவம் மரம்
ஒரு ஆழ்ந்த பெருமூச்சுடன்
வழியனுப்பி வைக்கிறது
ஒவ்வொரு திரியையும்.

63.

எல்லாவற்றையும் நிறைத்திருக்கும்
ஞானம்தான்
மொட்டை மாடியைப் பார்த்திருக்கும்
இந்த அறையில் அமர்ந்துகொண்டிருக்கும்போது
எளிதாக வருகிறது.

64.

ஒரு நல்ல உடல்
ஒரு நல்ல பைக்
அதன் பில்லியனில்
ஒரு நல்ல காதலி
அந்த பைக் போக
நல்லதொரு சாலை
அதைப் பராமரிக்க
ஒரு நல்ல அரசாங்கம்.
இதெல்லாம் இருந்தால் போதும்
நான் சந்தோஷமாக இருந்துவிடுவேன்.

65.

நான்
சில நாட்கள்
ஒரு அனாதை ஆசிரமத்தில்
அதிதியாய்த் தங்கியிருந்தேன்.
அங்கு தங்கியிருந்த
சிறுவர்களும் சிறுமிகளும்
மிகுந்த பொறுப்புணர்வுடன்
நடந்துகொள்வதைப் பார்த்தேன்.
ஒரு சிறுமி
காலை எழுந்ததும்
ஒழுங்காய்த் தன் படுக்கையை
மடித்து வைப்பதைப் பார்த்தேன்.
அந்தப் பொறுப்புணர்வு,
வயதுக்கு மீறிய முதிர்ச்சி
என்னை ஏனோ சங்கடப்படுத்தியது.
நான் என் வாழ்வில்
ஒருபோதும்
அவளைப்போல் நடந்துகொண்டதில்லை.
கற்றுக்கொடுக்கப்பட்டிருக்கலாம்
அவளுக்காக
பொறுப்புடன் நடந்துகொள்ள
அவள் படுக்கையை மடித்து வைக்க
வேறு யாரும் இல்லாததால்
அவள் அதைச் செய்துகொண்டிருக்கலாம்
என்றெல்லாம் தோன்றி
உறங்காமல் கிடந்தேன்.
மேலும் அங்கே
முந்தின நாளிரவு
மறு நாள் பள்ளிக்குத் தேவையான
பொருட்களை
நிதானமாய் எடுத்து வைத்துவிட்டு
உறங்கப்போகும் சிறுவனைப் பார்த்தேன்.
அதற்கு முன்பு

அவன் ஒரு பிரார்த்தனையும் செய்தான்.
அவனளவு பொறுப்பு இல்லாத
ஏதோ ஒரு தெய்வத்திடம்.

66.

மனிதர்கள் விசித்திரமானவர்கள்.
மலிவாகக் கிடைத்த பொருளைத்
தொலைத்துவிடுவதன் மூலம்
விலையுர்ந்ததாய் மாற்றிவிடுகிறவர்கள்.

67.

அணிய எதுவுமில்லாதவர்கள் சொல்கிறார்கள்.
'நாங்கள் எளிமையை விரும்புகிறோம்.
நிர்வாணத்தை விரும்புகிறோம்'
குயிலுக்குக் கிடைத்திருப்பது
ஒரே ஒரு ஸ்வரம்.
அதை
அது எப்படியெல்லாம் பாடித் தீர்க்கிறது!

68.

வெளிச்சத்தில் சில பொம்மைகள் ஆடும்.
அவற்றின் பின் இருளில் சில கைகள் உலாவும்.
குளத்துத் தவளைகளின் கச்சேரிக்கு
மவுனப் பார்வையாளர்களாய்
கண் சிமிட்டி கண் சிமிட்டி
இரவு முழுவதும்
வானத்து நட்சத்திரங்கள் இருக்கும்.

69.

நான் விழித்திருந்தேன்.
என் முன்னால்
இரவு வானம்
ஒரு சமுத்திரம் போல்
விரிந்துகிடந்தது.
நட்சத்திரங்கள்
ஒவ்வொன்றாய் அணைக்கப்படுவதைப் பார்த்துக்கொண்டு ...

ஒவ்வொரு நட்சத்திரமும்
ஒரு சன்னல்.
சன்னலின் பின்னால்
நின்றுகொண்டு
இருளில் கீழே
எதையோ இரந்து கொண்டிருக்கும்
நம்மைப் பார்க்கும்
யாரோ ஒருவர்.

ஒரு கட்டத்தில்
எல்லா ஒளியும்
அணைக்கப்பட்டு
கடல்
ஒரு மாபெரும்
இருள் குமிழி போல்
என் மேல் கவிழ்ந்து கிடந்தது.

படுகளத்தில்
நின்றபடியே
தூங்கும் ஒரு யானையைப் போலவும்.

பிறகு
மெல்ல தெரிந்தது
என்னைப் பகலுக்கு
இட்டுச்செல்ல வரும்
படகோட்டியின்
சிகப்புத் தலைப்பாகை.

70.

ஏதோ ஒரு காரணத்தால்
இந்த சட்டை மட்டும்
தன்னை
நான் என்று
நினைத்துக்கொள்கிறது

71.

எலியின் (புதுக்)காதல்
பூனைக்குப் புரியவில்லை.
அது
எலி
ஏதோபாஷாணத்தைத் தின்றுவிட்டதாக நினைத்தது.
பாஷாணத்தைத் தின்ற எலியை
நாம் தின்பதால்
நமக்கு ஏதாவது ஏற்படுமா
என்ற கேள்வி
அதைத் துக்கமடையச் செய்தது.
அந்த ஊரிலோ
அந்தப் பூனைக்கு
அந்த எலியை விட்டால் யாருமில்லை.
பூனை
ஒரு சன்னியாசியான கதை இதுதான்.

72.

அங்கே ஒன்றுமில்லை
என்று
சும்மா இருந்துவிட முடிவதில்லை.
அங்கே ஒன்றுமில்லை
என்று கூவ வேண்டியுள்ளது.
அதன் மேல் கல் எறிய வேண்டியுள்ளது.
சிலை உடைப்பாளர்களின்
தொடர் உடைப்பால்
பெரிதாக உருவாகிவருகிறது
ஒன்றுமில்லாத ஒன்றின்
பிரம்மாண்ட சிலை.

73.

நண்பர் ஒருவர்
வீட்டுக்கு சென்றிருந்தபோது பார்த்தேன்.
நேற்று வரை மவுனமாய் இருந்த
சரக்கொன்றை பூத்திருந்தது.
இரவில் யாரோ வந்து அதன் மீது
மினுக்கும் பொன் நகைகளை பூட்டிச் சென்றது போல
அது இருந்தது.
கல்யாண வீட்டில் சட்டென்று
அலங்கார அறையிலிருந்து
கதவு திறந்து
வெளிப்படும் பெண் போல
அது இருந்தது.
அதனைப் போலவும்
அது அல்லாததைப் போலவும்..
எனது வாசகர் ஒருவர்
அவரது மகள்
தனது காதலைச் சொன்னபோது
இவ்வாறு உணர்ந்திருக்கிறார்.
"அவள் அவளைப் போலவும்
அவள் இல்லாததைப் போலவும் இருந்தாள்"
இதைப் பற்றிப் பேசியபோது
மாவட்டத்தின் இன்னொரு பகுதியிலிருந்து
இன்னொரு நண்பர் புகைப்படங்களை அனுப்பிவைத்தார்.
அவர் பகுதியிலும்
கொன்றை பூத்திருந்தது.
பிறகு மாவட்டத்தின் பல பகுதிகளிலும்
கொன்றை பூத்திருந்த படங்கள்
எனக்கு வரத் தொடங்கின.
ஒரே நாளில்
இந்த நிலம் முழுவதும்
கொன்றை பூத்திருக்கிறது.
கார்த்திகை நாளிலோ
தீபாவளி தினத்திலோ

ஏற்றப்படுவது போல
ஆயிரக்கணக்காண
லட்சக்கணக்கான
கொன்றை தீபங்கள்
ஏற்றப்பட்டிருக்கின்றன.
ஒரே நாளில்
ஒரே நேரத்தில் கூட இருக்கலாம்.
என் நண்பர் ஒருவர் ஒருமுறை
ஒரு விசித்திரம் பற்றி சொன்னார்.
நட்பின் பசிய முனைகளில் தயங்கிக்கொண்டிருந்த
இரண்டு பெண்கள் ஒரே நாளில்
தங்கள் காதலை வெளிப்படுத்தியது பற்றி.
இருவரும் ஒருவரை ஒருவர் அறியாதவர்கள்.
அவர்களே பின்னொரு இலையுதிர்க்காலத்தில்
ஒரே நாளில் காதலை முறித்துக்கொண்டது பற்றியும்.
நான் நேற்று அவரை அழைத்தேன்.
‘நாம் நினைத்தது தவறு.
ஒன்றை ஒன்று அறியாதிருந்தாலும்
ஒன்றிலிருந்து ஒன்று
வெகுதூரம் பிரிந்திருந்தாலும்
கொன்றை மரங்கள்
ஒன்றுடன் ஒன்று தொடர்பில் இருக்கின்றன.
வார்த்தைகளற்ற பேச்சொன்று
அவற்றிடையே எப்போதும் மிதந்துகொண்டிருக்கிறது.
விசித்திரம் இல்லை நண்பா.
இதுவே விதி’.

74.

ஒன்றை ஒன்று
துரத்தியபடி
வானில் பறக்கும்
ஏழு குருவிகள் போல்
ஸ்வரங்கள்
பாடகியின் உதட்டிலிருந்து
கிளம்பி வந்தன.

75.

தேரி ஏறும்போது
சரக்கொன்றை
கொலுசொலி எழுப்பிக்கொண்டு
தலை மேல்
பூக்களை உதிர்த்தது.
'அடக்கமாக இரு.
எங்கள் ஊரிலும்
சரக்கொன்றை இருக்கிறது!'
என்று அதட்டினேன்.

76.

த்தோ!த்தோ! என்று
ஒரு நாய்க்குட்டியை அழைப்பது போல
வாஸ்!வாஸ்!என்று
ஒரு பூனையை அழைப்பது போல
ஒரு குட்டி எறும்பை எவ்வாறு அழைப்பது
என்று ஹரிணி ஒருமுறை கேட்டாள்.
ஒரு எறும்பை நாம் செல்லமாகக் கூப்பிடலாம்
என்பதே எனக்கு அப்போதுதான் தெரிந்தது.
ஒன்றின் செல்ல விளியை
நாம் அறிந்திருந்தால்
எல்லாவற்றையும் இப்படி அழைக்க முடியும்
என்று ஹரிணி எனக்கு தெரிவித்தாள்.
அந்த விளி ஒரு ரகசியத் திறவுகோல் என்றாள் அவள்.
இந்த அறைக்குள்
ஒரு இலையை
அல்லது
நிலவொளியை எப்படி அழைப்பது?

77.

வாடித்தான் போகிறோம்.
உதிரத்தான் போகிறோம்.
ஆயினும்
மலராமல் இருக்கவேண்டியதில்லை.

78.

குன்றேறிப் பார்த்தால்
யானை மீதான வியப்பு போய்விடுகிறது.
மலையேறிப் பார்த்தால்
குன்று சிறிதாகிவிடுகிறது.
விமானமேறிப் பறந்தால்
வானம் சிறிதாகிவிடுகிறது.
நீயேன் இப்படி கஷ்டப்பட்டு
எதையாவது செய்து
எல்லாவற்றின் மீதான
ஆச்சர்யத்தையும் தொலைத்துக்கொள்கிறாய்?
என்று கேட்டாள் ஹரிணி.

79.

நீங்கள் எங்களுக்குச் சரியான
குழந்தைக் காலத்தைத் தரவில்லை
என்று குழந்தைகள்
எம்மிடம்
சொல்லத் துவங்கியிருக்கிறார்கள்.
இன்னும் போகவேண்டிய தூரம்
நிறைய உள்ளது எனினும்
இது ஒரு முன்னேற்றம்தான்
எங்கள் காலத்தில்
எங்களுக்கு எது கிடைக்கவில்லை
என்றே எமக்குத் தெரியாமலிருந்தது.
தங்களை அறிந்துகொள்வதின் மூலம்
மலர்கள்
மரங்களை விடுவிக்கின்றன.

80.

நான் என்பது
நான் இன்று செய்யும் வேலை
இன்று எழுதும் கவிதை
இன்று செய்யும் ஒரு கொலை அல்லது காதல்.
நான் என்பது
இப்போது
நான் செய்யும் ஒரு செயல்.
நான் என்பது
தொட்டியில்
அலங்கார மீன்
திறந்து திறந்து மூடும்
ஒரு வாய்.
நான் என்பது
என் கைவழி ஒழுகி
அதன் வாயில் வீழும்
ஒரு துளி உணவு.

81.

பக்கத்து வீடுகளில்
பாத்திரங்களை
தூக்கத்திலிருந்து
எழுப்பும் சப்தம் கேட்கும்
காகம் கரைவது
வெள்ளைக் கான்வாசில்
ஒரு நீலத் தீற்றல் போலிருக்கிறது
என்று தோன்றும்
கனத்த பள்ளிப்பை
சுமந்து
தனித்துப் போகும்
மிகச் சிறுமி
சரியாக சாலையைக் கடந்து போனாளா
என்று
நின்று கவனிக்கும்
நிதானம்
வேண்டுகிற
ஒரு காலை மட்டுமே வேண்டுவது

82.

ஒரு கவிதைக்குள்,
எப்படியும்
லிப்டில்
முண்டியடித்துக்கொண்டு
கடைசியில் ஏறிவிடும்
குண்டான நபர் போல
நுழைந்துவிடும்
ஒரு உத்தேசிக்காத வரி.

83.

'மகத்தான காரியங்களைச் செய்ய வந்தவன்
மகத்தான கவிதைகளை
எழுதவந்தவன்'
போன்ற எண்ணங்களை விட்டுவிட்டேன்.
இப்போது இந்த நகரம்
நான் செய்த அற்பத்தனமான
காரியங்களை
எழுதிய மோசமான கவிதைகளை
மறந்துவிடவேண்டும்
என்று மட்டும் விரும்புகிறேன்

84.

இப்போதெல்லாம்
ஒவ்வொரு சொல்லையும்
பூரணமாக
அனுபவித்து சொல்கிறேன்
எழுதுகிறேன்.
மலர்கிறேன் என்று சொல்ல ஆரம்பிக்கும்போதே
இதழ் இதழாய் விரிகிறேன்
பறவையைப் பற்றி யோசிக்கும்போதே
விலாவில் காற்றுரச
பறக்க ஆரம்பித்திருக்கிறேன்.
பிரிவென்று நினைக்கும்போதே
கால் நுனிகளிலிருந்து
ஒரு பனிக்கத்தி போல்
இறப்பு
என் தலையை நோக்கிப் புறப்பட்டிருக்கிறது.
மரணம் உட்பட
நான் சொல்வதெல்லாம் உயிராகும்
ஒரு வினோத சித்திக்கு
நான் சில நாட்களாக
ஆட்பட்டிருக்கிறேன்

85.

தியானத்தில் என்ன நிகழ்கிறது?
ஒரு பரபரப்பான சாலையைவிட்டு
ஒரு வனத்துக்குள் நுழையும்போது
என்ன நிகழ்கிறதோ அதுவே நிகழ்கிறது.
அதீத இரைச்சல்,ஆபாசமான வண்ணங்கள்
மெல்ல மறைந்து
மிருதுவான சப்தங்களும் நிறங்களும்
மிளிரத் துவங்குகின்றன.
ஒரு இலை பறவையாகி அசைகிறது.
இந்தப் பறவை இவ்வளவு நேரம்
இங்கிருந்ததும் இல்லாமல்
பாடிக்கொண்டும் இருந்திருக்கிறது
என்பதை நீங்கள் உணர்வீர்கள்.
பாடிப் பாடி அது மோனத்தில்
தோயும்போது
நீங்கள் அதன் அலகில்
அதன் மவுனமாகவும்
ஆகியிருப்பீர்கள்.

86.

"எனக்கு தூக்கம் வருகிறது!"
என்று
அது
கண் சொட்டிக் கெஞ்சும்வரை
நட்சத்திரத்திடம்
தற்பெருமை அடித்துக்கொண்டிருந்தேன்.

87.

ஒரு டீச்சர் சொல்வதைப்
புரிந்துகொள்ள
அவளுக்குக் கூடுதல் காலம் தேவைப்படுகிறது.
ஒரு டீச்சர் அவளைப் புரிந்துகொள்ளவும்
அதிக காலம் தேவைப்படுகிறதுதான்.
துரதிர்ஷ்டவசமாக இன்று
இருவருக்கும் அது அளிக்கப்படுவதில்லை.
ஆனால் ஒரு டீச்சரை நேசிக்க
அவளுக்கு அதிகக் காலம் தேவைப்படுவதில்லை.
டீச்சர்களை மட்டுமே என்றில்லை
யாரையுமேதான்.
அவர்கள்
அவள், மழையை
துளித் துளியாகப் பார்க்க விரும்புகிறவள்
என்று
புரிந்துகொண்டால் போதும்.
அவள் ஞாபகசக்திக் குறைபாடு
உடைய குழந்தை
என்று அவர்கள் சொல்கிறார்கள்.
ஆனால்
அவளை ஒருமுறை நேசித்த யாரையும்
அவள் மறப்பதே இல்லை.

88.

என்னுள்ளிருக்கும்
பயமும் பதற்றமும்
எளிதில் துயருறும் மனமும்
என் மகளிடமும் இருக்கிறது.
ஜேம்ஸ் ஜாய்ஸின் அலைவுறும் மனதே
அவர் மகளின் மன நோயாய் திரிந்தது
என்று கார்ல் யுங் சொன்னது எனக்குத் தெரியும்.
அதைக் கேட்டு ஜாய்ஸ் கண்ணீர் விட்டு அழுததும்.
தியானத்தின் மூலம்
நான் இவற்றைச் சரிபண்ண முடியுமா?
என்னைச் சரிபண்ணினால்
அந்த அமைதி
அது என் மகளுக்கும் பரவுமா?
நான்
என் மகளுக்கு எதை விட்டுச் செல்கிறேன்?
நான்
என் மகளுக்கு
என் மனம் போல்
எளிதில் வாடிவிடாத
ஒரு பசிய இலையை
விட்டுச் செல்ல
விரும்புகிறேன்.

89.

நீ ஏறி
சுற்றிக்கொண்டிருக்கிற
இராட்டினத்தைப் பார்த்தாலே
தலை சுற்றுகிறது எனக்கு என்கிறாய்.
பார்த்துக்கொண்டிருக்கிற வரைதான் அப்படி.
ஏறி விட்டால்
இராட்டினத்தினுள்
பயங்கர அமைதி.

90.

போதுமான அளவு
குழப்பத்தை
இன்னும் உன் வாழ்வு
அடையவில்லை
என்றார் அவர்.
நீ இன்னும் துயரடையவேண்டும்
துயரால் இறுக்கப்பட்டு இறுக்கப்பட்டு
துயரத்தைத் தவிர
வேறு எதுவும் இல்லாத
ஒரு தூயத் துயரத் துகளாய்
நீ ஆனபின்பு
கண் கூசும் பிரகாசத்துடன்
வெடித்துச் சிதறுவாய்.
அதன்பிறகு
பூமியின் பரப்பின் மீது
சொல்லவொணாத
ஒரு அமைதி நிலவியிருக்கும்.

91.

எனக்கான புரட்சிகளை
நீ செய்.
உனக்கான கவிதைகளை
நான் எழுதுகிறேன்.
இது ஒரு நியாயமான ஒப்பந்தம்
என்றே நான் எண்ணுகிறேன்.

92.

நான் ஒரு சரியான திருடன் அல்லன்.
திருடப்போகிற இடத்தில்
மவுனமாக இல்லாமல்
பாட்டுப் பாடுகிறவன்.
சமையலறையில் போய்
அவர்கள்
சமைத்து வைத்திருப்பதைச் சாப்பிட்டுவிட்டு
எது குறைகிறது எது கூடியிருக்கிறது
என்று குறிப்பு
எழுதிவைத்துவிட்டு வருகிறவன்.
அவர்களது டயரியில்
எழுதியிருக்கும் கவிதைகளைப் படித்துவிட்டு
இனி அவர்கள் யார் கவிதைகளைப் படிக்கவேண்டும்
என்று ஆலோசனை கொடுத்துவிட்டு வருகிறவன்.
அவர்களது இசைச் சேகரங்களை கேட்டுவிட்டு
எனது பரிந்துரைகளை எழுதிவைத்துவிட்டு வருகிறவன்.
அவர்களது மருத்துவ ஆவணங்களை வாசித்துவிட்டு
இலவச மருத்துவ அறிவுரைகள் வழங்கிவிட்டு வருகிறவன்.
சிலரது காதல் பிரச்சினைகளுக்கு
நான் தீர்வுகள் சொல்லியதும் நடந்திருக்கிறது.
இந்த ஒரு பழக்கத்தினால்
நான் இதுவரை எதையுமே உருப்படியாகத் திருடியதில்லை.
நான் ஒரு மோசமான
தோல்வியுற்ற திருடன்.

93.

ஒரு பொன்னிறக்கீரி
'இன்று ஊரடங்கா?'.
என்று கேட்டுவிட்டு
குடுகுடுவென்று ஓடிவிட்டது.

94.

சாயங்காலம் பார்க்கலாம்
என்று
ஒரு மதியத்திடம் சொல்லிவிட்டு
வேலைக்குப் போனேன்

95.

மழையை
நிலவை
பூவை
காதலை
துரோகத்தை
வாழ்வை
மரணத்தை
இன்னும் எப்படிக் கூர்மையாய்ப் பார்ப்பது
என்று சொல்லிக்கொடுக்கிறான் கவிஞன்.
அத்தனைக் கூர்மை
உனக்கு வேண்டாமெனில்
தினசரி
செய்தித் தாள் மட்டுமே
வாசித்து
செத்துப் போ.

96.

என் தனிமை
ஒரு கரித்துண்டாய் இருந்தது.
நீ அதை
உன் ஊடலினால்
நிரடி நிரடி
ஒரு வைரக்கலாய் மாற்றினாய்.
நான் தனிமையில்
ஒரு காதலுக்காகப் பிரார்த்தித்த
மானுடனாய் இருந்தேன்.
உன் காதல் என்னை
நான் ஆகவிரும்பாத
ஒரு தெய்வமாய் மாற்றிவிட்டது.

97.

நாமிருவரும் சேர்ந்து
ஒரு மலை ஏறலாம்.
ஒரு புத்தகம் எழுதலாம்.
சீட்டோ சதுரங்கமோ கிரிக்கெட்டோ
விளையாடலாம்.
ஒரு புதிய தாவரத்தை,பறவையை
மருந்தை,கணிதத் தேற்றத்தைக் கண்டுபிடிக்கலாம்.
நாமிருவரும் முத்தமிட்டுகொள்ள
முத்தமிடுவதைத் தவிரவும்
வேறுவழிகள் ஏராளம் உள்ளன

98.

யார் வேண்டுமானாலும் எழுதியிருக்கக்கூடிய
ஒரு காதல் கடிதத்துடன்,
காதல் கவிதையுடன்
உன்னை அணுகினேன்.
நீ ஒப்புக்கொண்டது
உண்மையில்
எனக்கு ஏமாற்றம் அளித்தது.
நீ இன்னும் நிறைய
உபாசனை செய்ய வேண்டும்
ஒரு தேவியாய்
உன்னை மாற்றிக்கொள்ள வேண்டும்.

99.

விலகிப்போகும்போது
வெறுப்பாகவும்
அருகில் வரும்போது
அன்பாகவும்
மாறிக்கொள்கிறது
இந்த ஊஞ்சல்.

100.

சிறியவைகளைத் திருடிச் செல்பவர்கள் மேல்
ஒரு பிரியம் வர ஆரம்பித்திருக்கிறது.
பெரியவைகளை அல்ல
விலை உயர்ந்தவைகளை அல்ல
உலகம்தான் அவர்களால்
நிறைந்திருக்கிறதே.
சிறியவைகளை.
சுற்றுச்சுவரோரம் நிற்கும் செடியிலிருந்து
ஒரு செம்பருத்திப் பூவை
விருந்தினர் அறையிலிருந்து
ஒரு ஆனை முகபடத்தை
மயிற்பீலியை ...
சிறியவற்றைத் திருடிச் செல்பவர்கள் மீது
கடுங்கோபம் கொள்வோரையும்
பிடித்திருக்கிறது.
நான் நினைக்கிறேன்.
சொர்க்கம் என்பது
இந்த இரண்டு வகையினரால் மட்டுமே
நிரப்பப்பட்டிருக்க வேண்டும்.

101.

உடனடியாகத் தெரிந்துகொண்டே ஆகவேண்டிய செய்திகளால்
என் வாட்சப் நிரம்பிவழிகிறது.
உடனே செய்தே ஆகவேண்டிய
வேலைகளின் செய்திகள்,
பங்கு வர்த்தகப் பரிந்துரைகள்,
ஆரோக்கிய அறிவுரைகள்.
இரண்டு நிமிடம் தாமதமாக
தெரிந்துகொண்ட ஒரு செய்தியால்
செய்த ஒரு வேலையால்
பறிபோன வாய்ப்புகள், வாழ்க்கைகள்
பற்றிய எச்சரிக்கைகளும்
அதே வாட்சப்பில் வருகின்றன.
உண்மையில் யோசித்துப் பார்த்தால்
தாமதமாக தெரிந்துகொண்ட செய்திகளால், காதல்களால்,
வெறுப்புகளால் தான்
என் வாழ்க்கையில்
நான் பலமுறை
காப்பாற்றப்பட்டிருக்கிறேன்.

102.

ஒருமுறை பாருகுட்டி
என்னிடம் கேட்டாள்.
"நீ ஒரு அசுரன்.
உனக்கு இது தெரியுமா?"
நான் சொன்னேன்.
"தெரியாது.
ஆனால் எப்பேர்ப்பட்ட அசுரனையும்
கீழடக்கி விடும் வலிமைகொண்ட தேவி நீ!
என்று தெரியும்" என்றேன்.
அவள் புன்னகைத்தாள்.
"ஒரு அசுரனைத்
தேவி முத்தமிடலாமா?"
என்று கேட்டாள்.
"அது தேவியின் இஷ்டம்!" என்றேன்.
"இந்தப் பிரபஞ்சத்தில்
எல்லாமே தேவியின் இஷ்டம்"

103.

வயதாக ஆக நான்
என் கவனத்தின் மீது
கவனம் கொள்கிறேன்.
எனக்கு மிச்சமிருக்கும் வாழ்க்கை எவ்வளவு
அதில் உறங்கவும் உழைக்கவும்
நோயுறவும் போக
எனக்கு மிச்சமிருக்கும் போதம் எவ்வளவு
என் போதத்தின் கவனத்தில்
விழக்கூடிய மழைத்துளிகள் எத்தனை
புத்தகங்கள் எவை
என் கவனத்துக்கு வந்து சேரக்கூடிய
கவிதைகள் எத்தனை
அவை எந்த தரத்தவை
நான் இன்னும் எத்தனை
சூரியோதயங்களை
அந்திகளை என் கையில் வைத்திருக்கிறேன்
நான் இன்னும் எத்தனை
கடற்கரை நடைகளை செலவழித்துவிடாமல் இருக்கிறேன்
முழு விழிப்பின் ஒளித்துளிகள்
இன்னும் எத்தனை சொட்டுகள்
என் மூளையில் உள்ளன?
வழி முற்றிலும் தெரியாதபோதும்
வழி முற்றிலும்
தெரிந்துவிட்டபோதும்
வழியின் அழகு
எங்கோ மறைந்து போய்விடுகிறது.

104.

புத்தனாகப் போகிறவன்
அன்பின் கரங்களிலிருந்து
விடுவித்துக்கொண்டு
அடர்கானகம் புகுந்தான்.
ஒரு இறுகிய முஷ்டி
ஒரு கணம் திறப்பது போல
திறந்து
அறிவின் வனம்
அவனை மூடிக்கொண்டது.
அவன் பின்னால்
அவனை
திரும்ப
அழைக்கும் குரல்கள்
கேட்டுக்கொண்டே இருந்தன.
தாயின் குரல்.
தந்தையின் குரல்.
காதலின் குரல்.
மகளின் குரல்.
அவன் தடுமாறினான்.
அவன் கண்ணீர்த்துளிகள்
காட்டு மலர்களைக் கருக்கின.
அவன் தளர்ந்து
ஒரு நதியோரம் அமர்ந்தான்.
அழுதான்.
அவன் அருகே யாரோ அமர்ந்தார்கள்.
ஒரு வன்புலி.
ஆனால் அதற்கு மனிதக்கண்கள் இருந்தன.
அது புழையில்
தன் உருவத்தைப் பார்த்தபடியே
நெடு நேரம் அமர்ந்திருந்தது.
பிறகு அவன் பக்கம் திரும்பி
தன் கைகளைக் காண்பித்தது.
'நீ ஏன் அழுகிறாய்?

இன்னும் அறியவில்லையா நீ?
நகங்களை நீட்டும்முன்பு
புலியின் கை போல்
மென்மையானதொன்று
புவிமேல் கிடையாது'

105.

போதத்தின் தீட்சண்யத்தை
சீராக வைத்திருக்க முடியவில்லை.
மங்கி மங்கிப்
பிரகாசிக்கும் தீபம் போல
சில இடங்களில் மட்டும்
ஃபோகஸ் சரியாக வந்த
புகைப்படம் போல...

நான் மீண்டும் மீண்டும் முயல்கிறேன்
வானம் முழுவதும்
ஒரே நீலத்தைத் தீட்ட...

106.

பூவுக்குப் பூவின் வேகம்
ரயில்ப்பூச்சிக்கு ரயில்ப் பூச்சியின் வேகம்.
பூவேறி
பூவைத் தின்னும் புழுவுக்கு
புழுவின் வேகம்.

107.

எப்போதும்
ஒரு சரி செய்யலை
சுதி கூட்டலை
வேண்டும் இவ்வுடல்.
இவ்வுலகின் உடல்கள்.
நான் ஒருமுறை
மலைச்சுனையில்
ஒரு பெண்ணைப் பார்த்தேன்.
அவள் நீரோடு
நீராக ஒழுகிச் சென்றுகொண்டிருந்தாள்.
ஒரு மீனின் அசைவுகள் கூட
அவளிடம் இல்லை.
காலைச் சூரிய ஒளியில்
அவள் மார்புகள் மட்டும்
இரண்டு இணை மீன்கள் போல்
நீந்திச் சென்றன.
அல்ல.
நதியோட்டத்தோடு மிதந்து போகும்
ஒரு படகில்
அமர்ந்திருக்கும்
இரண்டு தங்கச்சிறகுப் பறவைகள்.
கரையில்
என்னுடன் அமர்ந்திருந்த
ஹட யோகி
ஒருவர் பெருமூச்செறிந்தார்.
பின் மனமுடைந்து அழுதார்.

108.

வெயில்
ஒரு சிகப்பு விரலால்
எல்லாவற்றையும்
தொட்டுச் சென்றது.
கோடையின் காளி
ஆடி முடியட்டும்
என்று
நிழலில் சிவன்.

109.

வானத்தில் ஒரு தாமரை.
ஒரு இதழ்.
ஒன்பது இதழ்.
ஒன்பது லட்சம் இதழ்.
உடலுக்குள் ஒரு சர்ப்பம்.
ஒரு தலை.
ஒன்பது தலை.
ஒன்பது லட்சம் தலை.
ஒவ்வொரு தலையாய் உதிர்த்து
சர்ப்பம்
ஒவ்வொரு இதழாய் சூடிக்கொள்கிறது.

110.

உலகம் பிரமாண்டமான
பேரங்காடி.
அங்கே பேரின்பமும் இருக்கிறது.
பெருந்
துன்பமும் இருக்கிறது.
துறவும் உண்டு.
உறவும் உண்டு.
நீதியும் உண்டு.
அநீதியும் உண்டு.
எதையும் வாங்காமல்
வேடிக்கை மட்டும்
பார்க்க வருகிறவர்களை
அது தன் பதிவேட்டில்
சேர்த்துக் கொள்வதில்லை.
வெளியிடப்படாத ஒரு படத்தை
யார் ஞாபகம் வைத்துக் கொள்வார்?

111.

ஜி ஹெச்.
சரிந்த வயிற்றோடு
இடுப்பில் கை வைத்தபடி
தளர்ந்து நடக்கிற
பெண்ணின் கையைப் பிடித்துக்கொண்டு
நடக்கிறான் ஒருவன்.
அறுவை சிகிச்சை அரங்கின் முன்
கவலையோடு காத்திருக்கிறார்கள் சிலர்.
ஒருவள் கையில்
புதிதாய் பிறந்த ஒரு சிசு
தரப்படுகிறது.
அதன் முகத்தில்
ஒரு நம்ப முடியாத தன்மை
தென்படுகிறது.
பிங்க் நிற உடை அணிந்த செவிலி
ஒருவனிடம் அவசரமாய்
ஏதோ கையெழுத்து வாங்கிக் கொண்டிருக்கிறாள்.
பிணக்கூறாய்வுக்காக
ஒரு கூட்டம்
பொறுமையின்றி நிற்கிறது.
எல்லோரும்
நேரத்தைப் பார்த்தபடி இருக்கிறார்கள்.
எங்கோ ஒரு காகம் கரைகிறது.
குழந்தை அழுகிறது.
சைரன் ஒலிக்கிறது.
மரத்திலிருந்து
ஒரு அணில்
பொத்தென்று குதிக்கிறது.

112.

ஒரு அசிங்கமான
சண்டையின் நடுவிலிருந்து
அதில்
நான் சொல்லத் தயாராயிருந்த
ஒரு விஷச்சொல்லிலிருந்து
என்னை விலக்கிக்கொண்டு
வெளியே வந்தேன்.
முழு நிலவு
தனியாய்ச் சொட்டிக்கொண்டிருந்தது.
ஒரு சிறிய நற்செயலுக்கே
எவ்வளவு பெரிய பரிசு!

113.

ஆரல் கணவாய்க் காற்று
எங்கோ அவசரமாய்ப் போகிறது.
மாலை வெயில்
தோய்ந்து கிடக்கும்
வயல்கள்
ஏற்படுத்திக் கொடுத்த வழிகளில்..
வானில்
நெருக்கமாய்ப் பறக்கும்
எழுத்துகள் போல்
கூடு திரும்பும் கொக்குகள்
ஒரு பெரிய பியானோவின்
வெள்ளைக் கட்டைகள் போல்
எழும்பி எழும்பித்
தாழ்கின்றன

114.

ஒரு கவிக்கும்
கவி இல்லாதவர்க்கும்
என்ன வித்தியாசம்?
ஒவ்வொரு பறவைக்கும்
அதன் பக்கத்திலேயே
அதன் பறத்தலைக்
கூர்மையாய்த் தீட்டிவிடும்
ஒரு சொல்லும் பறக்கிறது.
கவிஞன்
அந்த இரண்டாவது பறவையையும்
பார்க்க முடிந்தவன்.

115.

நான் ஒரு தொட்டால்வாடி செடி போலே.
என் இலைகள் சிறியவை
என் பூக்கள் சிறியவை.
சிறிய துயருக்கும் கூம்பிக்கொள்ளும்
என் இலைகள்.
சிறிய ஒளிக்கும் மலர்ந்துவிடும்
என் பூக்கள்

116.

*சாரலடிக்கும்
சன்னலோரம் உட்கார்ந்து
கவிதை எழுதும் என்னை
கண்காணித்தபடியே
கடந்து செல்கின்றன
இரண்டு திருட்டுமுழி மேகங்கள்.*

117.

எப்போது கணக்கு வாத்தியார் வந்தாலும்
கவனத்தைத் திருப்பி
அடி வாங்கிக் கொடுத்துவிடும்
பள்ளிக்கூடத்துக் கால அணிலை
என் மகளின்
டிராயிங் நோட்டில் பார்த்தேன்

118.

சாக்பீஸால்
டீச்சர்
கரும்பலகையில்
கரகரவென்று
எழுதிச்செல்லும் ஒலி
ஒரு கடுமையான பாடலைப் போல் இருக்கிறது.

அவளது சுண்ணாம்பு மந்திரக்கோலிலிருந்து
எண்கள்
வேற்றுக்கிரக உயிரினங்கள் போல்
தோன்றுகின்றன.
மாணவர்கள் தலை மேல்
உதிர்கின்றன.

119.

குழந்தைகளிடம்
அவை குழந்தைகள்
என்பதால்
குழந்தைமை
இருக்கிறது.
இதில் வியக்க என்ன இருக்கிறது?'
என்று
நினைத்துக்கொண்டேன்.
என்ன ஒரு பலவீனமான ஆறுதல்!
அதுவும்
ஒரு தீவிரமான காதலுக்குப் பிறகு.

120.

யாராவது எதையாவது
தெரியாது என்று சொல்லிவிட்டால்
அவர்கள் மீது அப்படியொரு வாஞ்சை ஏற்படுகிறது.
என் வாழ்க்கை முழுவதும்
முக நூல் காலக்கோடு முழுவதும்
எல்லாம் தெரிந்தவர்களால்
நிரப்பப்பட்டிருக்கிறது.
அரசியல்
அறிவியல்
இலக்கியம்
வரலாறு
தத்துவம்
உளவியல்
இவர்களுக்கு எல்லாம் தெரிந்திருக்கிறது.
தெரியாது என்று சொல்வதைத் தவிர.
இவர்கள் எல்லாவற்றையும் அறிந்திருக்கிறார்கள்.
எல்லாவற்றையும் படித்திருக்கிறார்கள்.
முதுகில் ஒரு மி.மீ. இடம் இல்லாமல்
சாதனம் ஏற்றிப்போகும்
சரக்கு லாரி போல் இவர்கள்.
நான் காத்திருந்தேன் 'தெரியாது' என்று சொல்கிற ஒருவருக்காக.
ஒரு ஆளுக்கேனும் இடம் இருக்கும்
ஒரு படகுக்காக.

121.

சேரன்மகாதேவி பாலன் ஸ்டோர்ஸுக்கு
அப்பாவுடன் செல்லும்போதெல்லாம்
ஒரு லாலிபாப்
வாங்கித் தின்பேன்.
காட்பரீஸ் அப்போது
அந்த ஊருக்கு இன்னும் வந்திருக்கவில்லை.
நியூட்ரீன் என்று ஒரு கம்பெனி இருந்தது.
அல்லது அதுவொரு லோக்கல் தயாரிப்பாகக் கூட இருக்கலாம்.
சற்றே குடை வடிவிலிருக்கும்
சாக்கலேட் லாலிபாப் அது.
எனது மாலைகள் எப்போதும் அதை ருசிக்கும் கணத்தை நோக்கி
நீண்டன.
இரவுகள் அதுபற்றிய கனவுகளால் நிறைந்திருந்தன.
என் சிறிய விரல்களின் எண்ணிக்கையில்
நூறோ ஆயிரமோ
தின்றிருப்பேன்.
ஒரு நாள்
அதன் தித்திப்பு கசந்து
நிறுத்திவிட்டேன்.
இன்றும் நான் அப்படித்தான்.
கசப்படைவதுவரை
எதையும் நிறுத்துவதில்லை.
இனிப்பாக இருக்கும்போதே
நீங்கள்
ஒன்றை எப்படித்தான் நிறுத்திக்கொள்கிறீர்கள்?

122.

மிகக் கரகரப்பான குரலாக
இருந்தாலும்
உன் பாடலையே நீ பாடு.

123.

பார்ச்சுன் குக்கிகளில்
கிளி எடுத்துப் போடும் சீட்டுகளில்
எடை மஷின் கார்டுகளின் பின்புறத்தில்
என் எதிர்காலம்
இதோ இரண்டு பறவைகள்
வானில்
பறந்து பறந்து
அடுத்தும் விலகியும்
மாறி மாறிப் போட்டுக்காட்டும்
கோலத்தில்

124.

மேகங்கள் எதுவும்
இல்லாத இந்த வானில்
ஒரு ரவுடியைப் போல
அலைகிறது
நிலா.
ஒரு கள்ளுக்கடை மேலேயே ரொம்ப நேரம் நின்றது.
பிறகு
கலவி செய்துகொண்டிருந்த
புது தம்பதிகள்
அறை ஒன்றை எட்டிப்பார்த்தது.
தொட்டிலில் தூங்காமல் கிடந்த
ஒரு குழந்தையிடம்
'மரியாதைக்கு உறங்கணும்!'
என்று அதட்டியது.
ஒரு நவீன ஓவியன் பாதி வரைந்து வைத்திருந்ததை
சன்னல் வழி
தலை சாய்த்துக் குழப்பமாய்ப் பார்த்தது.
ஊரெல்லாம் இப்படிச் சுற்றிவிட்டு
புத்தகம் படித்துக்கொண்டிருந்த
என்னிடமே திரும்பி வந்தது.
இப்போது அதன் முகத்தில்
சலனமற்ற குளத்தில் மிதக்கும்
ஒரு வெள்ளை வாத்து போல்
அசட்டுக் களை.
மெல்ல ஒரு பூனை போல்
நெஞ்சேறி
என் கழுத்தை அணைத்துக்கொண்டு
உறங்கிவிட்டது.

125.

வேப்பம்பூவும்
தேனைச் சுரந்தே
நிற்கிறதென்றால்
அதன் கசப்பு
யாருக்கு?

126.

கடல்
குளம் போல்
நடிக்கிறது
காயலில்.

127.

சற்றே எரிச்சலோடு
கொஞ்சம்
பொறுமையின்மையோடு
நீங்கள் விட்டுச் சென்ற
காலடிச் சுவடுகளையெல்லாம்
இந்தக் கடலின் கரங்கள்
ஓடி யோடி வந்து
அழிப்பதை
கரையின் சருமத்தை
நீவிச் சுத்தமாக்குவதைப்
பார்த்தபடி
இவ்விரவில்
இருளில் அமர்ந்திருக்கிறேன்
நான்

128.

நகரத்தின் கூச்சல்
கேட்காத புற நகர்.
ஆனாலும்
கொஞ்சம் முறுமுறுப்பு உண்டு.
கிராமத்தின்
கிணற்று நீர்த் தண்மையோ
வேப்பம்பூ வீழ்வது கேட்கும்
அமைதியோ கிடையாது.
எந்திரப்பெட்டிகள்
உரையாடும் சப்தம்
குமிழியிட்டுக்கொண்டுக்கொண்டே இருக்கும்
இடம்,

ஒரு அலுமினியப் பூ.

129.

மாணிக்கங்கள் பதித்த
சிம்மாசனம் போல் ஒரு நாள்.
மழை கண்டு
விரித்தாடும்
மயில்தோகை போல ஒரு நாள்.
நதிக்கரையில்
மதிய வேளைக்காற்றில்
சலவைக்காரி மறந்துவிட்ட
வெள்ளை நிற வேஷ்டி போல்
படபடத்தபடி
ஒரு நாள்.

130.

நாதத்தை
எப்படி விளக்குவது?
அதில்
சேர்ந்து கொள்ளலாம்.
விலகிக்கொள்ளலாம்.

விளக்கு என்றால்?

131.

இருவருக்கிடையே
ஒலித்த ஒரு பாடலை
நெருடி நெருடி
அதன் ராகத்தைக் கண்டுபிடிக்க
முயன்ற
இரண்டு அந்தகர்கள் போல் இருந்தோம்,
இல்லையா?

புன்னகையுடன் ...

132.

மின்சாரம் போவதுவரை
தெரியாதிருந்த
மின்மினிப் பூச்சியின் ஒளி போல
ஒரு அன்பு

133.

தாமிரபரணித் தலையூற்றில்
ஒரு இடம் மட்டும்
எனக்கு நினைவில் உண்டு.
கனவில் திரும்பத் திரும்ப வருவதுண்டு.
வளைவில்
ஓரிடத்தில் மட்டும்
ஒரே ஒரு கணம் மட்டும்
தயங்கிவிட்டு
வேகமாய் விலகும்
ஜலப்பிரவாகம்.
நீயும் நானும்
நதி தயங்கும்
அந்த ஓரிடமா
விரைந்து விலகும்
நீர்ச்சுழலா?

134.

அடி மேல் அடி வைத்து
பிரதட்சணம் செய்பவளை
தெய்வம் கவனிக்கிறதோ
இல்லையோ
நான் கவனிக்கிறேன்.
என் மூலம்
தெய்வம் கவனிப்பதாகவும்
இருக்கலாம்.
அது என் பிரமையாகவும் இருக்கலாம்.
உன் uber வருகிறவரை
இந்தச் சிறிய வேலையைச் செய்தால் என்ன சோம்பேறி?
என்று மாங்காடு காமாட்சியின்
முணுமுணுப்புக் கேட்பது
நேற்று நான் மாத்திரை போடாததால் இருக்கலாம்.
அல்லது உண்மையாகவும் இருக்கலாம்.

135.

அவளுக்கு
ஏதோ ஒரு சந்தோஷம்
என்னைக் கேலி செய்கிறவர்கள்
எல்லோருடனும் சேர்ந்துகொள்கிறாள்.
ஒவ்வொரு முறை
அதை அவள் செய்கிறபோதும்
உன்னை நான் எவ்வளவு நேசித்தேன்
என்று சொல்லிக் காட்டுகிறாள்
என்று தோன்றும்.
யாருக்கோ கொடுத்திருக்க வேண்டியது
உனக்கு கொடுத்தேன்
என்ற வெறுப்பின் இளிப்பு
என்றும் தோன்றும்.
அல்லது
இருக்கும்போது நீடித்த
அந்த நேசத்தின் மதுரத்தை
இந்த கசப்புகளின் மூலம்
கரைக்கப் பார்க்கிறாளோ?
அதற்கு எவ்வளவு கசப்பு தேவைப்படுகிறதோ
அவ்வளவுக்கு
அவள் என்னை நேசித்தாள்
என்றிருக்கட்டும்
என்றும் நினைத்துக் கொள்கிறேன்.
இனி என்ன செய்வது?
ஓடம்
நதியைக் கிழித்துச்
சென்ற பாதையை
நதி மீண்டும் மூடிவிட்டது.

136.

நான் களைத்து
நன்றாக
உறங்கியபின்பு
சிறிய விவாதத்துக்குப் பிறகு
அவர்கள் தங்கள் வேலையை ஆரம்பிக்கிறார்கள்..
பழையவற்றை அகற்றிவிட்டு
புதியவற்றை
என் உடலில்
இங்கொன்றும் அங்கொன்றுமாய்
விதைக்கிறார்கள்.
பிறகு நான் விழிக்கிறேன்.
ஒரு தோட்டத்தில் அலையும்
சிறுமியைப் போல
எனக்குள்
அலைகிறேன்.
கண்டுபிடிக்கிறேன் சில சமயங்களில்
அவர்கள் எனக்காக புதைத்துவிட்டுப் போன
கவிதைகளை.

137.

நானோர் கடுகு.
தேர்ந்தெடுக்கப்பட்ட தினங்களில்
ஒரு யானை.
போனால் போகுதென்று
எல்லாவற்றையும் விட்டுவிடும் தினங்களில்
நான் எல்லாவற்றையும்
உள்ளடக்கிக் கொள்ளும்
பிரபஞ்சம்.

138.

'உட்காருங்க.வந்துடுவார்.'
என்றார் அவர்.
'சார் கவிதை எழுதற நேரம் இது'
நான் உட்கார்ந்தேன்.
காத்திருந்த பொழுதில்
சில கவிதைகள் செய்தேன்.
நான் சிறிய கவிஞன்.
எனக்கு கவிதை எழுத
தனியாய் நேரம் இல்லை.
தேவையும் இல்லை.

139.

கடும் பணி நெருக்கடியில்
எங்கெங்கோ இருந்து
நூறு பேர் கூடி ஓரிடத்தில்
கண் சுருங்கி அமர்ந்திருக்குமிடத்தில்
யார் போனிலோ
ஒரு ரிங்டோன் ஒலிக்கிறது.
'எங்கும் நிறைந்த இயற்கையில் என்ன சுகமோ?'
'குயிலே கவிக்குயிலே'
'நானாக நானில்லை தாயே'
'அந்திமழை பொழிகிறது'
நான் திரும்பிப் பார்க்கிறேன்
ஒவ்வொரு ரிங்டோன் அழைக்கும்போதும்.
அன்னியம் நீங்கி
ஒவ்வொரு முகமாய்த் தெளிந்துவருகிறது
எனக்கு.

140.

நான் யார்?
என்று
நடுராத்திரி
பாலைப்பூவின் மணத்தோடு
நீ வந்து கேட்டாய்.
நான் கவிஞர்களில்
ஒரு கோமாளி.
கோமாளிகளில்
நானொரு கவிஞன்.
ஏதாயினும்
சாகும்வரை
எப்போதும்
நீ உறிஞ்ச
குருதி தரும்
உன் காமுகன்

141.

நான் உணர்ந்தேன்.
என்னுடைய துயரங்களுக்கெல்லாம் காரணம்
கவிதை எழுதுவதை விட
வேறு ஏதேதோ முக்கியமான வேலைகள் இருப்பதாய்
நான் நினைத்துக்கொள்வதுதான்.
நான் உணர்ந்தேன்.
இவ்வுலகின் துயரங்களுக்குக்
காரணமும்
அதுவேதான்.

142.

இரவு விழும் முன்பு
பூமியின் மீது
தயங்கும் ஒளி போல்
உன் விடைபெறல்

143.

'இது கூட தெரியாதா உனக்கு?' புதிதாய் வந்த டீச்சர் அதட்ட திடுக்கிடுகிறாள். 'கையை நீட்டு!' கையில் இரண்டு மூன்று அடியும் விழுந்தபிறகு யாரோ வகுப்பில் சொல்கிறார்கள் 'அவ ஸ்லோ லேர்னர் டீச்சர்' இருக்கைக்குத் திரும்பும்போது அவள் கண்ணில் நீர் துளிர்த்திருக்கிறது. அடியினாலா எங்கும் தன் பின்னால் இரக்கமாகவும் எள்ளலாகவும் துரத்தும் இந்த 'ஸ்லோ லேர்னர்' என்ற பட்டத்தினாலா தெரியவில்லை. வாரம் ஒருமுறையாவது அம்மாவிடம் வகுப்பாசிரியை சொல்லிவிடுகிறாள் 'உங்க மகளுக்கு என்னால சொல்லித்தர ஆகாது. எப்படியாவது ஒரு செர்டிபிகேட் வாங்கிடுங்க'.

அவள் கண்ணீரை அடக்கிக்கொண்டு புது டீச்சர் சொல்வதைக் கூர்ந்து கவனிக்க முயல்கிறாள். வழக்கம்போல் முதல் இரண்டு வார்த்தைகள் தவிர மற்றவை வேகம் கொண்டு பறக்கின்றன. அவள் இவ்வளவு வேகமாக இவ்வளவு அவசரமாகப் பேசாத ஒரு டீச்சருக்காக ஏங்குகிறாள். அவள் கவனம் ஜன்னலுக்கு வெளியே இருக்கும் செடிக்குப் போகிறது. அதன் பூவொன்றின் மீது ஒரு சிறிய பட்டாம்பூச்சி மிக மெதுவாய் பறந்துவந்து அமர்கிறது. அதன் சிறகுகள் மிக மெது வாய் மிக மெதுவாய் மூடி மூடித் திறக்கின்றன. அவள் அந்தப் பட்டாம்பூச்சியின் பள்ளியில் படிக்க விரும்புகிறாள்.

நேர்காணல்

ଛ

பகடியை நிறுத்து
என்கிறவர்கள்
அடிப்படையில்
ஒருவனை எழுதுவதை
நிறுத்து என்கிறார்கள்

போகன் சங்கர்

தமிழிலக்கியத்தில்தொடர்ந்துஇயங்கும்குறிப்பிடத்தக்க படைப்பாளிகளில் ஒருவரான எழுத்தாளர்/கவிஞர் போகன் சங்கரின் நேர்காணல் இது. போகனிடம் படைப்புகளை முன் வைத்து உரையாடும் விதமாக வடிவமைத்து இந்த நேர்காணலை செய்திருக்கிறார் நண்பர் விக்னேஷ்வரன்.

௸

வாசிப்புக்குள்ளும் அதற்கு பிறகு எழுத வந்ததை எப்படி பார்க்கிறீர் கள்? இவற்றின் தொடக்க புள்ளிகள் பற்றி சொல்ல முடியுமா?

வாசிக்க ஆரம்பிக்கும்போதே எழுதவும் ஆரம்பித்து விட்டேன் என்று நினைக்கிறேன். படிக்கிற ஒவ்வொரு கதையின் தொடர்ச்சி யையும் மாற்றுப் போக்குகளையும் மனதிலும் தாளிலும் எழுதிப் பார்க்கும் பழக்கம் இருந்தது. இன்றும் தொடர்கிறது. இது அம்புலி மாமா, பாலமித்ரா, கோகுலம் காலத்திலேயே ஆரம்பித்துவிட்டது. வாண்டுமாமாவின் பச்சைப் புகை போன்ற ஒரு சிறிய நாவலை நான் எழுதி எனது அப்போதைய புத்தகங்களுக்கான தொடர்பாகவும் தொடக்கமாகவும் இருந்த அக்காக்களுக்குக் கொடுத்தேன்.அவர்களுக்குத் துணையாக நூலகங்களுக்குப் போய் அங்கிருந்த சிறுவர் புத்தகங்களை எல்லாம்படித்துவிட்டுபெரியபுத்தகங்களுக்குநகர்ந்தேன். நெல்லையில் இருக்கும் ஆலங்குளம் என்ற அந்த சிறிய ஊரின் நூலகத்தில் எத்தனை புத்தகங்கள் இருக்கும்? டான் குவிக்சாட் போன்ற புத்தகங்களின் மொழிபெயர்ப்புகளை அங்குதான் படித்தேன். ஏனோ சமையல் கலைப் புத்தகங்கள் மீது ஒரு ஈடுபாடு இருந்தது. அறுபது வகையான வங்காளச் சமையல் என்ற புத்தகத்தை ஏன் அவ்வளவு ஆர்வத்துடன் படித்தேன் என்று இப்போது விளங்கவில்லை. அந்த புத்தகத்தை சில பழைய அணில் மாமா புத்தகங்களை நூலகரிடம் லஞ்சம் கொடுத்து விலைக்கு வாங்கவும் முயற்சி செய்தென். கடமை தவறாத அவர் மறுத்து விட்டார். பெரியாரின் புத்தகங்களை நான் படிக்க ஆரம்பித்த பிறகு தான் அவர் சற்று பதற்றமடைந்தார்.

வழக்கமான கேள்வி தான் காமிக்ஸ்கள், தமிழ் இலக்கியம், அயல் இலக்கியங்கள் வரை தீவிரமான வாசிப்புள்ளவர் நீங்கள் இவற்றில் என்னை பாதித்தவர்கள் இவர்கள் என்று பட்டியல் நீங்கள் எழுதினால் (பட்டியலிட்டால் மட்டும் போதும்) யார் பெயரை முதலில் எழுதுவீர்கள்?

நிச்சயமாக எல்லோரும் சொல்லும் பெயர்களான டால்ஸ்டாய், தாஸ்தாவெஸ்கி, செக்கோவ், விக்டர் ஹ்யூகோ போன்ற பெயர் களோடு ஐரோப்பிய எழுத்தாளர்களான குஸ்டாவ் பிளாபர்ட், அகஸ்ட் ஸ்ட்ரின்ட்பேர்க், இப்ஸன் போன்றவர்கள் என் எழுத்தில் நிறைய தாக்கம் செலுத்தினார்கள். ஸ்ட்ரின்ட்பேர்க்கின் *Road to damascus* எனக்கு மிக முக்கியமான புத்தகம். டான் க்விக்ஸ்ச ரடேயும் தான். தவிர மார்க் ட்வைன், எட்கர் ஆலன் போ, ஓ ஹென்றி, ஆஸ்கர் வைல்டு போன்றவர்களின் பாதிப்பு என்னிடம் மிக உண்டு. இவர்கள் ஆரம்பகால பாதிப்புகள். பின்னால் பாக்னர், கிரகாம் க்ரீன், நீட்ஸே, தோரோ, சார்த்தர், காம்யூ போன்றவர்களை சொல்ல வேண்டும்.

கவிதையில் எமிலி டிக்கின்சன், வில்லியம் பிளேக், வொர்ட்ஸ்வொர்த் போன்றவர்கள் என் சிந்தையில் மிகுந்த ஆதிக்கம் செலுத்தி னார்கள். சார்லோட்டே பிராண்டேயை மறந்துவிடக் கூடாது. இவை எல்லா வற்றையும் விட விவிலியத்தின் பாதிப்பு என்னிடம் நிறையவே உண்டு. விவிலியம் ஒரே புத்தகமாக மத நூலாகக் கருத்தப்பட்டாலும் அது பலர் வெவ்வேறு நடைகளில் எழுதிய ஒரு இலக்கிய பிரதியாகவே கருதுகிறேன். ஹரால்டு ப்ளூம் தனது *Book of J*-இல் அவ்விதமே கருதுகிறார். எனது சூழலில் அன்று கிறித்துவம் அதிகமாக இருந்தது ஒரு காரணமாக இருக்கலாம். என்னை முதல் முதலாக நூலகத்துக்கு அழைத்துச் சென்ற சகோதரிகளே என்னை தேவாலயங்களுக்கும் ஜபக் கூட்டங்களுக்கும் அழைத்துச் சென்றார்கள். நான் அங்கு கொடுக் கப்பட்ட சுவை மிக்க கேக்குகளை தின்றுவிட்டு தேவனை மிஸ் பண்ணிவிட்டேன் என்று நினைக்கிறேன். அந்த சகோதரிகள்தான் நான் காதலித்த முதல் பெண்களும் கூட.

தமிழில், தி ஜானகிராமன், கரிச்சான் குஞ்சு போன்ற தஞ்சாவூர் எழுத் தாளர்கள்தான் என்னை ஆரம்ப கட்டத்தில் மிகவும் ஈர்த்தவர்கள். பாலகுமாரன் போன்ற வணிக எழுத்தாளர்கள் மூலம் கிடைத்த திறப்புகள் இவை. தமிழ் கவிதைகளில் எனக்கு வாசிப்பு இருந்தாலும் பெரிய பாதிப்பு இருந்ததாகத் தோன்றவில்லை. எஸ். வைத்தீஸ்வரன் போல கொஞ்ச நாள் எழுத முயன்றிருக்கிறேன். கவிதைகளை பதின்மத்தில் தான் எழுத ஆரம்பித்தேன்.

எழுத ஆரம்பித்த பிறகு சுகுமாரனின் சொல்முறை எளிமையையும் வண்ணதாசனின் ஒளி நோக்கிக் கூர் தன்மையையும் கலாப்ரியாவின் வெடிப்புறுதலையும் முகுந்த் நாகராஜின் குழந்தமையையும் கவிதைக்குள் அடைய முயன்றேன். மனுஷ்யபுத்திரனின் கவிதைகளின் தன்னிரங்கும்

தன்மை வந்துவிடக் கூடாது என்று நினைத்தேன். எல்லா சமயங்களிலும் இது நடக்கவில்லை.

புனைவில் பஷீர், ஜெயமோகன், கோபி கிருஷ்ணன், அ.முத்துலிங்கம் போன்றவர்களின் விழுதுகள் என் எழுத்தில் உண்டு.

உங்களின் நிறைய சிறுகதைகளில் உடல் என்பது வலியான ஒன்றாகவும் மேலும் உடலைத் தாண்டிச் செல்ல வேண்டும் என்கிற ஆன்மாவின் குரல் ஒன்றும் தொடர்ந்து ஒலிக்கிறது. உடல்சார்ந்து எழுதப்படும இத்தகைய சிறுகதைளின் பின்புலம் என்ன?

என்னுடைய மற்றும் எனக்கு அணுக்கமானவர்களின் உடல் சார்ந்த பிரச்சினைகள் ஒரு நேரடிக் காரணம். என் உடல் எவ்வளவு வலியை நேரிட்டிருக்கிறது என்று யோசிக்க இன்று வியப்பாக இருக்கிறது . மிகச் சிறுவயதிலேயே இந்த வேதனைகள் தொடங்கிவிட்டன. மகிழ்ச்சி என்பது எனக்கு வலி இல்லாத பொழுதே என்பது போன்று மகிழ்ச்சிக்கு ஒரு எதிர்மறை விளக்கத்துக்கு என் இளமைக்காலம் என்னைக் கொண்டு வந்துவிட்டது. இப்போதும் சில நல்ல தினங்களில் உறக்கத்திலிருந்து விழித்துக் காலை நடை செல்லுகையில் என் உடல் திடீரென்று வலியை 'மறந்து' விட்டதை உணர்ந்து அதன் இயல்பு நிலைக்கு மீண்டுகொள்வதைக் கண்டிருக்கிறேன். பிறகு என் தொழிலும் வலி கவனிப்பது என்றாகிவிட்ட பிறகு உடல் எப்படி ஒரே நேரத்தில் ஒரு சாலையாகவும் சாலையின் நடுவே கொட்டப்பட்ட ஒரு சல்லிக் குவியலாகவும் இருக்கிறது என்று நான் கவனிக்க ஆரம்பித்தேன். நீங்கள் கேள்விப்பட்டிருக்கவே முடியாத உடல் பிரச்சினைகளை நான் கண்டிருக்கிறேன். அனுபவித்திருக்கிறேன்.

இலக்கியத்தில் பகடி என்பது எப்போதும் ஒரு குரலாக இங்கு இருந்திருக்கிறது. (சில நேரங்களில் அது தன்னை பகடி செய்துக் கொள்வது அல்லது சமூகத்தை பகடி செய்வது என்கிற அளவில்) இதில் போகன் மட்டும் முடிந்தவரைக்கும் எல்லாவற்றையும் பகடி செய்து பார்க்கிறார். இவை சில நேரங்களில் அதிகம் ரசிக்கப்படுகிறது சில நேரங்களில் விமர்சனம் செய்யப்படுகிறது இவற்றை எப்படி எடுத்துக் கொள்கிறீர்கள்? பகடிகள் எந்தளவுக்கு இலக்கியத்திற்கு அவசியம்?

பகடி என்பது என்றைக்கும் புதிதல்ல. ஆர்தர் கோஸ்லர் தனது Acts of Creation நூலில் பகடி அல்லது நகைச்சுவைதான் படைப்பூக்கத்தின் முதல் படி என்கிறார். கூர்ந்து கவனித்தால் எல்லா நகைச்சுவைகளும் பகடிகளே. வாழ்க்கை ஒரு அபத்தம் என்ற ஆல்பர் காம்யு/ சார்த்தர் நிலைப்பாடுக்கோ ஒருகணத்துக்கும் அடுத்த கணத்து

க்கும் எந்தத் தொடர்பும் இல்லை என்ற ஜென் புத்தம் சொல்லும் நிலைக்கோ வந்தவர்கள் வாழ்க்கை இயல்பாகவே தன்னைத் தானே பகடி செய்துகொள்கிறது என்பதைக் கண்டுகொள்வார்கள். மிக சீரியஸாய் எழுதப்பட்டவைகள் என்று நீங்கள் கருதும் நூல்களின் உள்ளேயும் அவை வாழ்க்கை பற்றிய பகடிகள்தான் என்பதை நீங்கள் கண்டுகொள்ளும் ஒரு தருணம் வரும். அதாவது போரும் அமைதியும் நாவலும் மோகமுள்ளும் புதுமைப்பித்தனின் பொன் நகரமும் கூட பகடிதான். பகடியை நிறுத்து என்கிறவர்கள் அடிப்படையில் ஒருவனை எழுதுவதை நிறுத்து என்கிறார்கள். ஜனநாயகம், சுதந்திர வெளி, எழுத்துச் சுதந்திரம் என்று அதிகம் கதைக்கிற ஆள்கள்தான் இதில் முன்னணியில் நிற்கிறார்கள் என்பது தற்செயலானதல்ல. பாசிசத்தை எதிர்க்கிறவர்கள் தங்கள் மனதின் ஆழத்தினுள் ஒளிந் திருக்கும் பாசிசத்தைக் கண்டுகொள்ளாத வரைக்கும் அது உலகில் உயிரோடு இருக்கும். நான் எல்லாவற்றையும் பகடி செய்கிறேன். மற்ற விஷயங்கள் பகடி செய்யப்படும் போது கிகி என்று இளிப்பவர்கள் தங்கள் மேல் அந்த வெளிச்சம் திருப்பப்படும்போது மூஞ்சியைக் கோணிக்கொள்வதை நீங்கள் கண்டால் அவர்கள் ஆழத்தில் பாசிஸ்ட் டுகள் என அறிக. நான் ஒரே நேரத்தில் ஒரே விஷயத்தை சீரியஸாகவும் பகடியாகவும் அணுகுவேன். ஒன்று மற்றொன்றை நிரப்பும். செழுமைப்படுத்தும். எதோ ஒன்று எல்லை மீறிப் போய்விடாமல் இருக்கச் செய்யும். நான் மிகுந்த மரியாதையுடன் வணங்குகிற விஷயங்களையே பகடி செய்கிறேன். செய்வேன். அந்த சுதந்திரத்தை எனக்கு வழங்குகிற விஷயங்கள் மீதே எனக்கு மரியாதையும் இருக்கும்.

போக புத்தகம் மொத்தம் 106 கதைகள் கொண்ட நிறைவான குறுங் கதைகள் கொண்ட தொகுப்பு அதன் முன்னுரையில் இவை புனைவா அல்லது அபுனைவா என்கிற கேள்விக்கு நீங்கள் எனக்கும் மிகச் சரியாகத் தெரியாது என்கிறீர்கள்? இப்போது அந்த தொகுப்பை ஒரு வாசகராக நீங்களே வாசித்தால் மனதில் எந்த மாதிரி எண்ணங்கள் தோன்றுகிறது?

வாழ்க்கை ஒரு நீண்ட ஒற்றைக் கதையாடலா துண்டு துண்டான கதைத் துண்டுகளா என்ற கேள்விக்குப் பதிலளிக்க முடிந்தால் இதற்கும் பதில் அளிக்கலாம். அவை இன்று மீள வாசிக்கப் படுகையில் அவை புனைவும் அல்ல அபுனைவும் அல்ல என்ற என் எண்ணம் வலுப்படுகிறது.

உங்கள் படைப்புகள் இருளிலிருந்து வெளிச்சத்திற்கு, வெளிச்சத் திலிருந்து இருளுக்கு இப்படி தான் அதிகம் பயணம் செய்கிறது. மனித வாழ்வும்

இப்படித்தான் இருக்கிறது! இலக்கியத்தின் வழியே மனித வாழ்வை மேம்படுத்திவிடலாம் என்கிற நம்பிக்கை உங்களுக்கு இருக்கிறதா?

இலக்கியத்தின் மூலம் நீங்கள் இருக்கும் இருள் எவ்வளவு அடர்த்தியானது என்பதை என்று உணரலாம். இருள் உணரப்படுகையில் வெளிச்சமும் தென்பட ஆரம்பிக்கிறது.இலக்கியம் அந்த வேலையை நன்றாகவே செய்துவந்திருக்கிறது.

'மீட்பு' நிச்சயமாக தமிழ் இலக்கிய சூழலில் சிறந்த சிறுகதைகளில் ஒன்று. இன்றும் தொடர்ந்து பேசப்படும் சிறுகதை. மீட்பு போன்ற சிறுகதை எழுதும் போது மனதளவில் எப்படி உணர்கிறீர்கள்?

மனதளவில் என்பதையும் மீறி அது உடல் வரையும் பாய்கிறது. மீட்பு எழுதப்படட காலத்தில் நான் திரும்பாத திரும்ப மருத்துவமனையில் அனுமதிக்கப்பட்டுக் கொண்டிருந்தேன். மீட்பு மாதிரி கதைகள் எழுதப்படும்போது இது போன்ற கதைகளை எழுதும் சூழல் இனி எனக்கு வரக்கூடாது என்ற பிரார்த்தனையுடன்தான் ஒவ்வொரு முறையும் எழுதுகிறேன். ஏறக்குறைய ஒரு மருத்துவரின் இரட்டை மன நிலை போல இது. ஒரு நோயாளியின் வருகையை ஒரே நேரத்தில் அவன் எதிர்பார்க்கவும் வெறுக்கவும் செய்வான்.

உங்களின் சில படைப்புகளில் ஆன்மிக தேடல்களையும், ஆன்மீக நெருக்கடிகளையும் சந்திக்கும் சில கதாபாத்திரங்கள் வருகிறது அடிப் படையில் போகனுக்கு ஆன்மீகத் தேடல்கள் இருக்கிறதா?

எனது வாழ்க்கையின் முற்பகுதி முழுக்க சாமிகள், சாமியார்கள், ஆன்மீக நூல்கள் பின்னால்தான் கழிந்தது. நான் இன்றளவும் இலக்கியத்தைக் கூட ஆன்மீகத் தேடல் கருவியாகவே நினைக்கிறேன். ஒரு விஷயத்தைத் தேட பல பிரவுசர்கள் இருக்கிறதல்லவா. ஆன்மிகம் என்றால் என்ன என்பதற்கு மதம் ஒரு பதிலை அளிக்கிறது. தத்துவம் ஒரு பதிலை அளிக்கிறது. இலக்கியம் ஒரு பதிலை அளிக்கிறது. இயற்பியல் இன்னொரு பதிலை அளிக்கிறது. எல்லாம் இயைந்த ஒரு பதிலை நான் இன்னமும் தேடிக்கொண்டிருக்கிறேன்.

இரண்டு மொழிகளை ஒரு படைப்பில் பயன்படுத்துவது குறிப்பிட்ட படைப்புகளை இன்னும் சுவாரசியமாக மாற்றுகிறது. மலையாளம் கலந்த தமிழை தொடர்ந்து உங்களின் படைப்புகளில் வாசிக்க நேர்கிறது. மொழிப் பிரக்ஞை ஒரு படைப்பாளிக்கு எந்தளவுக்கு அவசியமாகிறது?

எழுத்தாளன் தன்னை தனது சொந்த ஊரில் இருந்தால் கூட தான் ஒரு 'அந்நியன்' என்று உணராவிட்டால் படைப்பு சாத்தியமில்லை என்றே

நான் நினைக்கிறேன். இதனாலேயே ஒருவன் வேறு இடங்களுக்கும் வேறு கலாச்சாரங்களும் வேறு மொழிகளுக்குள்ளும் பயணிக்க வேண்டி இருக்கிறது. இலக்கியம் என்பது defamiliarization தான். மலையாள மொழியும் கலாச்சாரமும் நிலமும் இப்படி எனக்கு ஒரு தன்மறைத்தலை தன்மறத்தலை அளிக்கிறது.

உங்கள் கவிதைகளில் நிராகரிக்கப்பட்ட அன்பு ஒன்றும், நிறைய தனிமை களும், அழகான கிருஸ்துவ உலகமும், நோயுற்ற மனிதனின் அவஸ்தை களும், மனச்சிக்கல்கள், அதீத பயங்கள், குழப்பங்கள், கனவுகள் தொடர்ந்து வருகிறது. சிலசமயங்களில் மொழியின் உச்சம் தொடும் அழகியல் கவிதைகள் வருகிறது. உண்மையில் கவிதைகளுக்கான எண்ணங்களையும், கவிதைகளையும் எங்கிருந்து கொண்டு வருகிறீர்கள்?

கவிதை எனக்கு குறிப்பிட்டு சொல்ல முடியாத பல்வேறு மூலகங் களிலிருந்து வருகிறது. சில சமயம் பிற கவிதைகளிலிருந்து.பல நேரங்களில் கவிதையற்ற எழுத்துக்களில் இருந்து.சில நேரங்களில் புலன் குழப்பங்களில் இருந்தும் தியானத்திலிருந்தும்.

போத மனம் கவிதையின் முகத்தை எவ்வாறு நேர்கொள்கிறது? மனச் சீர்குலைவின் ஒழுங்குகளாய் வார்த்தைத் துணுக்குகள் உருத்திரள்வதாக சாதாரண வாசகன் எண்ணுகிறானா.? ஆயின் அப்பாராதி தூரங் கடக்க கவிஞன் எப்படி அவனை அணுகுவது?

கவிதை எழுதாத தருணத்தில் நான் என்ன செய்கிறேன் என்பது இன்று வரைக்கும் எனக்கு குழப்பமாகவே இருக்கிறது. கவிதை எழுதாத தருணத்தில் இவற்றை எழுதியவன் யார் என்று சதா கண்டுபி டிக்க முயன்றுகொண்டிருக்கிறேன். அவன் வேறொரு ஆள் என்கிற பிரமையும் ஆறுதலும் பீதியும் ஒரே நேரத்தில் எனக்கு ஏற்படுகிறது. வாசகனை அவன் வலிப்பு வருகிற ஒருவருக்கு மற்றவர் துணை ஒரே நேரத்தில் தேவைப்படுவது போலவும் தேவைப்படாதது போலவும் தான் அவன் அணுகுகிறான்.

மிக நீண்ட காலமாக வாசகனே தான் தேடிக் கண்டடைய வேண்டும் என்றொரு பதிலிலேயே பெரும்பாலோர் முடித்துக்கொள்வதால் இதை கேட்க நேர்கிறது.

கவிதை எழுதியவரின் கைரேகை போன்றது என்று சிலர் கருது கிறார்கள். வாசிப்பவர் தனது கைரேகை கொண்டு அதைத் திறக்க முடியாது என்று சொல்வோரும் உண்டு. ஜென் மொழியில் சொன்னால் கவிதை என்பது ஒரு குளத்தில் கல் எறிந்துவிட்டு அலை

எழும்பக் காத்திருப்பது. உங்களை போலவே என்ன மாதிரியான வரைவில் அலை எழும்பும் என்று கவிஞனும் அறியான். அவனும் காத்திருக்கிறான். உங்களைப் போல, கல் எறிந்தவன் அவன் என்பது மட்டுமே அவன் செயல். அதன் பிறகு குளத்தின் செயல்.

நவீன தமிழ் இலக்கியச்சூழல் இன்று எப்படி இருக்கிறது?

எனக்கென்ன தெரியும்? அது வழக்கம்போல தனது முட்டாள்தனங் களோடு போலி வைரங்களோடு நடுநடுவே சிலுவையை விட்டு இறங்கிவரும் சாத்தான்களோடும் சவுக்கியமாக இருக்கிறது. அது அவ்விதமே இருக்கட்டும். புறச் சூழல்கள் இப்படி இருக்கும் போது அது இவ்விதம்தான் இருக்க முடியும்.

சமூக ஊடகங்கள் பெரிய ஆதிக்கம் செலுத்தும் சமூக சூழ்நிலையில் ஒரு படைப்பாளின் முன்பு இருக்கும் சவால்கள் எவை? படைப்பாளிகள் சமூக ஊடகங்களில் இருந்து வெளியேற வேண்டும் என்று சில குரல்களும் இங்கு ஒலிக்க ஆரம்பித்துவிட்டது. இரண்டையும் எப்படி பார்க்கிறீர்கள்?

படைப்பாளிகள் வாழ்க்கையை விட்டு வெளியேறவேண்டும் என்றும் யாராவது சொல்வார்கள். இடாலோ கால்வினோவின் ஏன் க்ளாஸிக்கு களைப் படிக்கவேண்டும் கட்டுரையில் இதற்குப் பதில் இருக்கிறது. அவர் காலத்தில் சமூக ஊடகம் என்பது செய்தித் தாள்கள், சினிமா போன்றவையாக இருந்தது. இதை பற்றிப் பேசுகையில் அவர் இசை என்பது மவுனத்தால் அல்ல இரைச்சலால்தான் வரையறுக்கப்படுகிறது என்று சொல்கிறார். ஆசிட் ராக்கில் இரைச்சலே இசையாவதில்லையா?

கவிதைகள், சிறுகதைகள், குறுங்கதைகள் என்று இயங்கும் போகனின் படைப்புலகத்தில் நாவல்கள் எப்போது இடம்பெற போகிறது?

தெரியவில்லை. நாவல் ஒரு நீண்ட கலவி. இரண்டு மூன்று நாவல்கள் எழுதப்பட்டு பாதியில் நிற்கின்றன. அவற்றைத் தொடங்கிய நபரும் நானும் இன்று தொடர்பற்ற மனிதர்களாக ஆகிவிட்டோம். ஒரு நாவல் எழுத வேண்டும் ஒரே ஆளுமையைத் தக்கவைத்துக் கொள்வது சிரமமாக இருக்கிறது.

தொடர்ந்து சில அயல் இலக்கிய ஆளுமைகள் மட்டும் இங்கு பேசப் படுகிறார்கள். தவிர்த்து நிறைய பேரை நாம் பேச வேண்டும் என்று சொல்லும் குரல்களில் ஒரு குரல் உங்களுடைய குரல். இன்னும் அந்த குரலின் தேவை இருக்கிறதா?

நிச்சயமாக இருக்கிறது. அமெரிக்க எழுத்தாளர்கள் நிறைய பேர் இங்கு பேசப்படவே இல்லை. நமது இடதுசாரி சாய்வு ஒரு காரணம். கன்னடத்தில் இந்தியில் இந்திய ஆங்கிலத்தில் பெங்காலியில் இன்று யார் ஆளுமைகள் என்று நமக்கு தெரியாது. சிங்களத்தில் நல்ல நாவல்கள் எதுவும் உள்ளனவா நமக்கு தெரியாது. ரைம்போ இன்றுதான் மொழிபெயர்க்கப்பட்டிருக்கிறார். அவண்ட் கார்ட் என்ற பெயரில். இந்த அவந்தி கார்டுக்கு நூறு வயதுக்கும் மேல் ஆகிவிட்டது!

இலக்கியத்தில் இதையெல்லாம் தவிர்த்திருக்கலாம், இதையெல்லாம் செய்திருக்கலாம் என்று நினைக்கும் இரண்டு விஷயங்கள் எவை யெவை?

இலக்கியத்தில் சிலருடன் பிணக்கு கொள்ளாமல் தவிர்த்திருக்கலாம் என்று நினைத்ததுண்டு. சிலருடன் காதல் கொள்ளாமல் என்றும்தான்.

'எழுத்திலும் கலையிலும் முன்னேற கொஞ்சம் அகங்காரம் வேண்டும். ஒரு கலையைப் பயில்தல் என்பது உங்கள் அகங்காரத்தைப் பயில்வது தான்' இது உங்களின் வரிகள் புதியதாக எழுத வருபவர்களுக்கு இதை தான் சொல்வீர்களா இல்லை வேறு எதுவாது உண்டா?

மற்ற கலைகளுக்கெல்லாம் உங்கள் உடலையும் பயிற்றுவிக்க வேண்டும். எழுத்து மட்டுமே நேரடியாக உங்கள் அகங்காரத்தோடு தொடர்பு கொண்டிருக்கிறது. எழுத்து, எது உங்கள் உடல் எது உங்கள் அகங்காரம் என்று கண்டுகொள்வதும்தான்.

நேர்கண்டவர் : க.விக்னேஷ்வரன்
கனலி இணைய இதழ்

குக்கூ காட்டுப்பள்ளி

ஒரு பட்டாம்பூச்சியாக, சிட்டுக்குருவியாக, மெல்ல ஊர்ந்துபோகும் குட்டி நத்தையாக, தத்தித்தாவி நடக்கப்பழகும் மான்குட்டி போல, கடலையே குடிக்க நினைக்கும் சின்னஞ்சிறு மீன்குஞ்சு போல... இயற்கையோடு கலந்த ஒரு கல்வி, மனிதர்களான நமக்கும் கிடைத்தால் எப்படி இருக்கும்? ஒருவேளை, அப்படியொரு பள்ளிக்கூடம் எல்லா கிராமங்களிலும் இருந்தால்?! இயற்கை, கடவுள், மனம், கனவு, விளையாட்டு, நிம்மதி, புரட்சி, மகிழ்ச்சி, அன்பு... என எல்லாமும் அதில் அமைந்துவிடும்.

தேர்வுகள் இல்லாமல், பிரம்படி இல்லாமல், போட்டி மனப்பான்மை ஏதுமில்லாமல் ஆசிரியரும் மாணவரும் ஒன்றுசேர்ந்து இயற்கையிடம் கற்றுக் கொள்ளும் ஒரு பள்ளிக்கூடம், அடர்ந்த காட்டுக்கு உள்ளே இருந்தால், நம் மனது எவ்வளவு மகிழ்ச்சி அடையும்! இந்தக் கனவை நினைவாக்கும் முயற்சியில், ஜவ்வாதுமலை அடிவாரம் புளியானூர் கிராமத்தில் கட்டப்படுகிற ஒரு தர்மப்பள்ளிக்கூடம் தான் 'குக்கூ காட்டுப்பள்ளி'. காளான் பூப்பது மாதிரி கல்வி பூக்கும் குழந்தைகள் வெளி.

பேச:+918270222007
cuckoochildren@gmail.com

தன்னறம் நூல்வெளி

தன் உள்ளார்ந்த இயல்பால் ஒரு மனம் தெரிவுசெய்யும் செயலே தன்னறம். உயிரொன்றின் சுயவிடுதலையைச் சுடர்படுத்தும் எச்சிறு படைப்பாயினும் அதை அச்சில் கொண்டுவந்து பொது வெளிப்படுத்தலே தன்னறம் நூல் வெளியின் அடிப்படை நோக்கமாக உருவகித்துக் கொள்கிறோம்.

காலந்தோய்ந்த அறமரபு துவங்கி, காந்தி ஏந்திய அறவழி வரை... சாட்சி மனிதர்களாகவும், அவர்தம் செயல்வழிப் பாதைகளாகவும் நீள்கிற இவ்வரலாற்றின், முடியாத மனசாட்சிப் பக்கங்களுக்குள் பொத்தி வைக்கப்படும் ஓர் மயிலிறகாக இதன் செயலமைவு அழகுற பிரார்த்திக்கிறோம்.

9843870059
thannarame@gmail.com
www.thannaram.in